ALLAÐA MAÐMABÓKIN FYRIR REYKTU OG RISTAÐA UPPSKRIFTURINN ÞÍNAR

Yfir 100 bragðgóðar uppskriftir og
Skref-fyrir-skref tækni til að
Reykið bara allt

Theodora Kjartansdóttir

© HÖFUNDARRETtur 2021. ALLUR RÉTTUR ÁKAFURÐUR

Þetta skjal er ætlað að veita nákvæmar og áreiðanlegar upplýsingar um það efni og málefni sem fjallað er um. Ritið er selt með það fyrir augum að útgefanda sé ekki skylt að veita bókhald, opinbera leyfða eða á annan hátt hæfa þjónustu. Ef ráðgjöf er nauðsynleg, lögfræðileg eða fagleg, ætti að panta starfandi einstakling í faginu. Það er á engan hátt löglegt að afrita, afrita eða senda nokkurn hluta þessa skjals hvorki á rafrænan hátt né á prentuðu formi. Upptaka þessarar útgáfu er stranglega bönnuð og öll geymsla á þessu skjali er ekki leyfð nema með skriflegu leyfi frá útgefanda. Allur réttur áskilinn.

Viðvörun Fyrirvari, upplýsingarnar í þessari bók eru sannar og fullkomnar eftir því sem við best vitum. Allar tillögur eru gerðar án ábyrgðar af hálfu höfundar eða söguútgáfu. Höfundur og útgefandi afsala sér og bera ábyrgð í tengslum við notkun þessara upplýsinga

Efnisyfirlit

INNGANGUR 7

REYKTAR UPPskriftir 9

1. Fiskur á priki 10

2. Reyktur Traunsee fiskur 12

3. Vegan pönnukökudeig 13

4. Grillaður fiskur á trébretti 15

5. Nautasteikur af grillinu 16

6. Reyktar kjúklingabringur með feta 18

7. Grillaður lambalæri 19

8. Svínaflökurúllur 21

9. Snoek af grillinu 23

10. Bamberger hvítkálssteikur 24

11. Eldsætt vararib 26

12. Grillaður lax á sedrusviði 27

13. Svínakinnar frá reykjaranum 29

14. Kjúklingabringur með beikoni og myntu 30

15. Grilluð villilaxflök með lime og chilli 31

16. Striploin steik með hvítlauksbrauði 34

17. Vorborgari à la Sauerland BBCrew 35

18. Grískur hamborgari 37

19. Reykt brie með hindberjabalsamiksírópi 39

20. Reyktur lax stremelchen 42

21. Porterhouse steik úr viskíreyki 43
21. Dregið nautakjöt úr reykjaranum 45
22. Nautarif úr hickory reyknum 46
23. Ostandi kjúklingavængir 47
24. Piparhúðaðar andabringur 49
25. Bjórdós Kjúklingur 50
26. BBQ kjúklingaleggir 52
27. Kjúklingabringur með beikoni og myntu 53
28. Kjúklingavængir úr hickory reyknum 54
29. Gulrótar franskar 55
30. Stöngulhögg 57
31. Secreto frá viskíreyknum 59
32. Svínakinnar frá reykingamanninum 61
33. Franskur rekki úr hickory reyknum 63
34. Svínalund á mexíkósku salati 65
35. Grískar svínapakkar 68
36. Grillaðir smokkfiskar með reyktu paprikudufti 70
37. Svínaflökurúllur 72
38. Kartöflusúpa með reyktum laxi og eplum 74
39. Brauð með reyktum laxi 76
40. Kartöfluterta með sýrðum rjóma og reyktum laxi 78
41. Boar Shoulder á The Smoker 80
42. Uppskrift af rykköku nautakjöti - sætt og kryddað 82

43. Reykt kalkúnafætur ...84
44. Gnocchi með laxastrimlum ...85
45. Melónusalat með reyktum silungi ...87
46. Rjómalöguð fiskisúpa með reyktum fiski ...89
47. Kartöflusúpa með reyktum laxi og eplum ...91
48. Brauð með reyktum laxi ...93
49. Kartöfluterta með sýrðum rjóma og reyktum laxi ...95
50. Tapað egg og ristað brauð með reyktum laxi ...98
51. Salat með greipaldini og reyktum laxi ...100
52. Spaghetti með reyktum laxi og blaðlauk ...101
53. Reykt bleikja með agúrkamús ...102
54. Rollini salat með tómötum og reyktum silungi ...104
55. Fitness brauð með reyktum silungi ...106
56. Kantarellukaka með reyktum laxi ...107
57. Onigiri með rauðkáli og reyktu tofu ...109
58. Rauðrófucarpaccio með reyktum silungsflökum ...111
59. Villi hvítlaukstagiatelle með reyktum laxi ...112
60. Vöfflur með reyktri bleikju og sýrðum rjóma ...114
dilldýfa ...114
61. Reykt Kärntinska húspylsa ...115
62. Svartar núðlur með reyktri laxarækjusósu ...117
63. Pönnukökukaka með reyktum laxi ...118

64. Þynnukartöflur með reyktum laxi 120

65. Fylltar kartöflur 122

66. Rotisserie kjúklingur 123

67. Helvítis vængir 125

68. Asíuvængir með lime- og chilisósu 126

69. Reyktur silungur með trönuberjafroðu 128

70. Smurt með reyktri lækjarbleikju 129

71. Heireyktur silungur úr reykjaranum 130

72. Kúrbítsnúðlur með reyktum rjúpu 131

73. Kúrbítnúðlur með reyktum urriða 132

74. Quiche með reyktum laxi 134

75. Reyktur karpi á eldavél í eldhúsi 136

76. Reyktur lax með krísusósu 137

77. Reyktur silungur með kartöflumús 139

78. Kartöflumús með reyktu kjöti 140

79. Reykt silungsmús 142

80. Heitt wok grænmeti með reyktu tofu 144

81. Pasta sósa með reyktum laxi 145

82. Reyktur lax á dilli agúrka 147

83. Guacamole með reyktum laxi 149

84. Steikt egg með reyktum laxi 151

85. Reyktur kúrbít 153

86. Pasta sósa með reyktri lækjarbleikju 155

87. Reyktur fiskur á káli 156
88. Spergilkál nigratín 158
89. Reyktur túnfiskcarpaccio 159
90. Taílenskt salat úr reyktum steinbít 161
91. Ferskjur með reyktum urriða 162
92. Vogerlsalat með reyktum laxi 163
93. Brenndur aspas með reyktum laxi 165
94. Heireyktur lax 167
95. Kálsúpa með reyktu kjöti 168
96. Reyktur silungur með appelsínufroðu 169
97. Reykt fiskisúpa 171
98. Reyktur silungur með appelsínufroðu 173
99. Reyktur lax og agúrka-tramezzini 174
100. Reykt lúða með basilíkukremi 176

NIÐURSTAÐA 177

KYNNING

Reykingar eru tækni til að elda kjöt og annan mat yfir opnum eldi. Viðarflísum er bætt við eldinn til að gefa matnum reykbragð . Reykingar eru aðgreindar frá þurrkun. Reykingar bæta bragði við kjöt, fisk og alifugla en hafa einnig lítilsháttar varðveisluáhrif matvæla. Skinkur, svínasteikar, beikon, nautabringur, heilt alifugla, lax, síld og ostrur eru oft reyktar.

Heitar reykingar eru aðferð til að elda og reykja kjöt á sama tíma. Í reykingavél er lofthiti hækkaður og vandlega stjórnað til að hækka hitastig kjötsins, sem leiðir til fulleldaðrar matvæla. Kjöt, alifuglar og fiskur eru oft saltaðir í saltvatnslausn til að hjálpa til við að varðveita raka meðan á reykingum stendur.

Reykingartæki er notað til að gera heitt reykingar heima á kjöti, alifuglum og fiski. Reykingartæki er sérhannaður útieldavél í þessu skyni. Það er líka hægt að gera það í yfirbyggðu grillgrilli utandyra með vatnsdropönnu undir kjötinu. Til að búa til reykinn eru viðarflögurnar settar beint á brennandi kolin.

Önnur leið til að bæta reykbragði við fisk og kjöt er að nota fljótandi reyk. Fljótandi reykur hefur tvo mismunandi kosti. Fyrsti ávinningurinn er að hægt er að stjórna magni reykbragðsins að fullu. Annar ávinningurinn er sá að reykbragðið kemur strax í ljós.

Þar sem heitar reykingar eru í meginatriðum breytt matreiðslutækni, er örugg meðhöndlun kjöts, alifugla og fisks aðal áhyggjuefni matvælaöryggis.

REYKTAR UPPskriftir

1. Fiskur á priki

hráefni

- 8 hvítfiskar
- salt
- 8 mjúkviðarspjót (ca. 50 cm langir)
- Kolglóð (grænn viður)
- Kartöflur (eftir smekk)
- Álpappír

undirbúningur

1. Fisk á priki er auðvelt að útbúa á garðgrillinu.

2. Fiskurinn er fyrst slægður, hreinsaður vel, hreistur, ef þarf, þveginn og þurrkaður með eldhúspappír. Svo kúkarðu þær með mjög beittum hníf með því að skera þær báðum megin með u.þ.b. 2 mm.
3. Fiskurinn er saltaður vel að innan sem utan, þar með ætti saltið að virka í um 1/2 til 1 klst. Stingdu þeim svo á tréspjótina.
4. Svo er fiskurinn steiktur rólega yfir kolaglóðinni auðgað með grænum við þar til hann er stökkur og stökkur. Græna viðinn, sem myndar mikinn reyk, þarf því fiskurinn á priki á að vera bæði grillaður og reyktur.
5. Steikið kartöflur vafðar í álpappír og berið fram vel saltaðar með fiskinum á prikunum.

2. Reyktur Traunsee fiskur

hráefni

- 900 g af salti
- 10 lítrar af vatni
- gamall beykiviður, mjög mikið þurrkaður)
- 10 kg fiskur (ferskur) **undirbúningur**

1. Leysið salt upp í vatni þar til saltvatn myndast.
2. Settu slægðan, óslægðan fisk að eigin vali í pækilinn, láttu hann liggja í köldum herbergi í 10 klukkustundir í heitu veðri og allt að 24 klukkustundir í köldu veðri.
3. Fjarlægðu fiskinn, skolaðu að innan sem utan, hengdu upp á hausinn með fiskikróki og forþurrkaðu í u.þ.b. 1 klukkustund.

4. Kveiktu í hentugu reykhúsi með viðarflögum og pappír.
5. Setjið saxað hornbeykakjöt ofan á eða hyljið eldinn.
6. Hengdu fisk í reykhúsinu. (Þú mátt ekki sjá logandi loga, annars myndi fiskurinn reykja of hratt eða detta af vegna þess að hann er of heitur.)
7. Haltu hitastigi meðan á reykingu stendur á milli 60 og að hámarki 70°C og reyktu fiskinn í um 1 1/2-2 klst, allt eftir stærð.

3. Vegan pönnukökudeig

hráefni

- 500 ml haframjólk (eða sojamjólk, möndlumjólk)

- 240 g speltmjöl
- 1 klípa af lyftidufti
- 100 ml af sódavatni
- 1 klípa af salti
- Grænmetisolía   (til   steikingar)

undirbúningur

1. Fyrir vegan pönnukökudeigið, blandið saman haframjólk með hveiti og lyftidufti, bætið við klípu af salti. Látið deigið hvíla í um 20 mínútur.
2. Látið pönnuna heita, vættið pönnuna með smá olíu og haltu áfram að hita þar til hún fer að reykja.
3. Í millitíðinni er sódavatninu bætt út í deigið og hrært vel aftur.
4. Hellið smá deigi í pönnuna með sleif, dreifið því jafnt á pönnuna með því að hringla og látið bakast í stutta stund. Um leið og pönnukakan hreyfist með því að hrista hana er hún tilbúin til að snúa henni.
5. Til að gera þetta skaltu dýfa spaða í olíu, renna honum undir pönnukökuna, lyfta henni, staldra við í smá stund og snúa henni svo við.
6. Gerðu það sama með restina af deiginu. Penslið pönnuna með olíu aftur og aftur með hverri nýrri pönnuköku.

4. Grillaður fiskur á trébretti

hráefni

- 2 silungsflök (300 g hvert)
- 50 g kryddjurtasmjör (með dilli og hvítlauk)
- 4 kokteiltómatar
- 1/2 paprika
- Sjávarsalt (eftir smekk) • Pipar (eftir smekk)

1 sítrónu **undirbúningur**

1. Þvoið helminginn af fiskinum og þurrkið hann. Notaðu pincet til að leita að beinum sem gæti

hafa gleymst við flökun. Fjarlægðu þetta og settu fiskinn á trébrettið.
2. Skerið kryddjurtasmjörið í sneiðar og leggið í miðjuna á fiskinum þannig að það dreifist vel á yfirborðið þegar það bráðnar.
3. Haldið kokteiltómatunum í helming og skerið paprikuna í þunnar strimla – skreytið með fiskinum.
4. Settu nú borðið á forhitaða grillið við beinan hita (200°C). Grillið í um 20 mínútur - á þessum tíma ætti reykurinn líka að dreifast frá kulnuðu viðarborðinu.
5. Kryddið eftir smekk með sjávarsalti og pipar, dreypið sítrónusafa yfir.

5. Nautasteikur af grillinu

hráefni

- 300 g nautasteikur (baksteikur, porterhouse eða T-bone steikur)
- Pipar (malaður)
- Sellerí salt (eða hvítlaukssalt)
- **Undirbúningur fyrir** jurtir (ítalska eða provencal).

1. Fyrir nautasteikurnar af grillinu skal nudda nautasteikunum vel með kryddunum og grilla á hvorri hlið í 8 mínútur.
2. Hvítlauksjurt baguette passar vel með því. Til að gera þetta, hakið baguetteið á ská, hrærið smjörið með salti, kryddjurtum og hvítlauk og dreifið því í hakið, pakkið síðan inn í álpappír og grillið á grillinu í um 20 mínútur.

6. Reyktar kjúklingabringur með fetaost

hráefni

- 4 kjúklingabringur
- 8 sneiðar af beikoni
- 150 g feta
- 1 msk tómatar (þurrkaðir)
- salt
- pipar **undirbúningur**

1. Fyrir reyktu kjúklingabringurnar með fetaosti, skerið beikonið í litla bita og steikið þar til þær verða stökkar án olíu.
2. Myljið kindaostinn með fingrunum. Saxið tómatana smátt. Blandið öllu saman og kryddið með salti og pipar.

3. Fylltu pastapott (með innleggi) með báðum höndum og settu á eldavélina. Hitið þar til reykelsismjölið byrjar hægt og rólega að reykja.
4. Settu kjúklingaflökin á bökunarpappír og settu í pastainnleggið. Setjið í pottinn, lokið vel með loki og pakkið vel inn með plastfilmu.
5. Reykið við meðalhita í um það bil 10 mínútur. Takið það svo úr pottinum og skerið í litla vasa. Hellið fetablöndunni út í.
6. Steikið þær á öllum hliðum á heitri pönnu með smá olíu. Ef kjúklingurinn er enn hrár skaltu elda hann í ofni við 160°C. Berið reyktu kjúklingabringuna fram með fetaostinum.

7. Grillað lambalæri

Hráefni

- Lambalæri - 2 kg
- Blanda af 5 paprikum - 2 msk.
- Reykt salt (gróft salt með steiktu stökku beikoni) - 1,5 msk.
- Kúmen - 1 tsk
- Ansjósur - 20 g
- Rósmarín - 8 greinar
- Tímían - 8 greinar
- Hvítlaukur - 5 negull

Undirbúningur

1. Við skulum undirbúa blöndu til að nudda. Til að gera þetta skaltu hita blöndu af fimm paprikum yfir hámarkshita á þurrri pönnu þar til lykt er af þeim.
2. Næst skaltu mala hituðu paprikublönduna í mortéli með reyktu salti og 1 tsk af kúmeni. Nuddaðu fótinn með þessari blöndu frá öllum hliðum. Næst gerum við nokkrar stungur 5 cm djúpar.
3. Við stökkum ansjósum yfir fótinn, hvítlauk (skera negulnaglana í tvennt, dýfa þeim í nuddblönduna), rósmarín, timjan.
4. Spólaðu til baka með reipi og bakaðu í kolagrilli, óbeint, það er að setja kol í kringum fótinn. Ég bakaði í um tvo tíma við 200-220 gráðu hita. Næst skaltu vefja fótinn inn í filmu og láta standa í 15

mínútur. Borið fram með grilluðum paprikum og pestói. Og líka, með sveppum marineruðum í majónesi, sojasósu, hvítlauksolíu, kóríander. Njóttu máltíðarinnar!

8. Svínaflökurúllur

hráefni

- 2 rauðlaukar
- 6 msk ólífuolía
- 2 tsk reykt paprikuduft (spænsk sérstaða)
- 350 g svínalund **Undirbúningsskref**

1. Lauk ætti að afhýða, helminga og skera í mjög þunna hringa. Blandið saman olíunni og paprikunni í lítilli skál.

2. Hreinsaðu svínalundina með því að skola það, klappa því þurrt og skera það í 16 þunnar sneiðar.
3. Hyljið sneiðarnar með öðru stykki af plastfilmu eftir að þær hafa verið settar á stórt stykki af plastfilmu.
4. Notaðu nú kjötmýrara eða þungan pott, sláðu kjötinu aðeins flatt. Takið álpappírinn af og penslið helminginn af paprikuolíu á kjötsneiðarnar.
5. Dreifið laukhringjunum á kjötið, rúllið síðan öllum flaksneiðunum upp í litlar rúllur og stingið fjórum af þeim á einn grillpinna.
6. Penslið afganginn af paprikuolíu yfir allar rúllurnar og setjið þær á álform. Grillið á hvorri hlið í 6-8 mínútur.

9. Snoek af grillinu

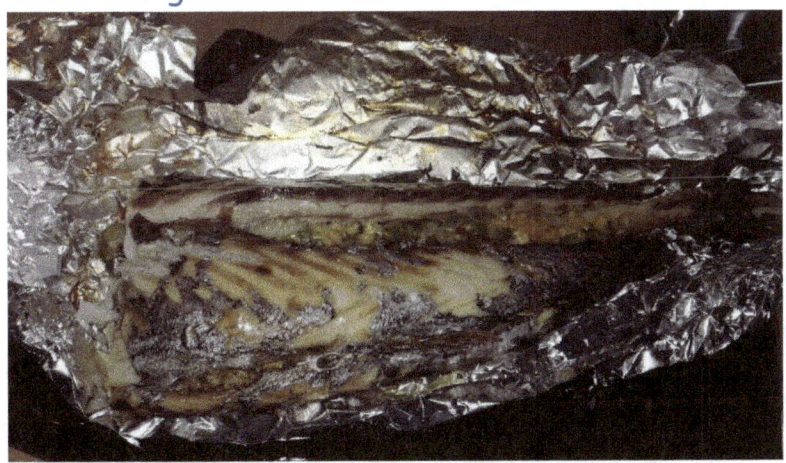

hráefni

- 1 reyktur snoek (túnfiskur , eða gullhala makríl); tilbúið til matreiðslu og húðað
- salt
- 3 msk olía
- 120 g apríkósasulta
- 3 msk worcester sósu
- 1 snúanlegt grill

Undirbúningsskref

1. Þvoið fiskinn, þurrkið hann og kryddið með salti. Penslið grillristina með olíu. Brettu fiskinum út, settu hann í ristina og klemmdu hann á sinn stað. Apríkósusultu með

2. Blandið Worcestershire sósunni út í og penslið fiskinn á annarri hliðinni. Grillið þessa hlið í 2 - 4 mínútur, penslaðu aðra hliðina, snúðu fiskinum við og kláraðu að elda á 2 - 4 mínútum til viðbótar.

10. Bamberger hvítkálssteikur

Hráefni
- 500 g hvítkál
- 3 msk smjörfeiti
- 2 laukar (fínt skornir)
- 250 g svínakjöt (hægeldað)
- 500 g hakk (blandað)
- 2 msk kúmenfræ
- salt
- pipar
- 125 ml hvítvín

- 200 grömm af beikoni? reykt (með 4 skömmtum 7 mjóar sneiðar) **Undirbúningur**
1. Fjarlægðu ytri blöðin af kálhausnum. Fjarlægðu stöngulinn með beittum eldhúshníf, þeytaðu síðan kálið í 10 mínútur í sjóðandi vatni. Tæmið á sigti. Afhýðið 3 stór blöð varlega af hverjum skammti, skerið afganginn af kálinu í litla bita.
2. Hitið 2/3 af smjörfeiti í potti. Steikið laukinn, svínakjötið og hakkið í því. Blandið saman við söxuðu kálið, kryddið með kúmeni, salti og pipar. Hella víninu út í? láttu það liggja í bleyti í 10 mínútur.
3. Smyrjið gratínform og dreifið úr því með 2 hvítkálsblöðum hverju. Hellið soðnu magninu út í, hyljið með beikonsneiðunum sem eftir eru. Setjið afganginn af svínafeiti ofan í flögur.
4. Steikið Bamberg steikina í heitum ofni við 225°C í u.þ.b. 45 mínútur.

11. Eldsætt vararib

Hráefni

- 1200 g svínarif
- 1 lime (til að bera fram) Fyrir marineringuna:
- 2 hvítlauksgeirar
- 1 lime
- 1 chilipipar (rauður) 100 ml hlynsíróp
- 3 msk tómatmauk
- 3 msk eplaedik
- 1 tsk paprikuduft (reykt) **Undirbúningur**

1. Fyrir eldsætt vararibs skaltu fyrst afhýða og kreista hvítlaukinn. Nuddið limebörkinn og kreistið safann úr. Kjarnhreinsaðu chilipiparinn og saxaðu hann smátt (ef þér líkar hann sterkari skaltu láta fræin vera með). Blandið öllu hráefninu

fyrir marineringuna. Marinerið sparifin í henni yfir nótt.
2. Forhitið ofninn í 180 ° C. Tæmdu vararibsin, en safnaðu marineringunni. Steikið í ofni í að minnsta kosti 90 mínútur þar til kjötið er meyrt. Dreifið marineringunni yfir á milli.
3. Berið fram eldsætur spareribs með limebátum.

12. Grillaður lax á sedrusviði

hráefni
- 2 skalottlaukar
- 2 hvítlauksgeirar
- 2 vorlaukar
- 10 g dill (0,5 búnt)
- ½ lime

- 2 hlynsíróp
- 2 ólífuolía
- salt
- pipar
- 640 g laxaflök (húðlaust, 4 laxaflök)

Undirbúningsskref
1. Leggið sedrusviðið í bleyti í að minnsta kosti 1 klukkustund áður en það er grillað, helst yfir nótt.
2. Fyrir marineringuna, afhýðið og saxið skalottlaukur og hvítlauk í smátt. Þvoið, hreinsið og saxið vorlaukinn. Þvoið dillið, hristið þurrt og saxið dilloddana smátt. Kreistið lime. Blandið öllu saman í skál með hlynsírópi og ólífuolíu. Kryddið með salti og pipar.
3. Skolaðu laxinn með köldu vatni, þurrkaðu hann og dreifðu marineringunni á bitana. Kældu í ísskáp í að minnsta kosti 30 mínútur.
4. Leggið laxaflakið á bleytu trébrettið og setjið á heitt grillið. Eldið með lokinu lokað í um það bil 15 mínútur. Berið laxinn fram heitan á trébrettinu.

13. Svínakinnar úr reykjaranum

Hráefni

- 0,5 kg svínakinnar (4 stykki)
- BBQ sósa að eigin vali
- 300 - 500 ml rauðvín

Undirbúningur

1. Svínakinnar eru kryddaðar með nudda að eigin vali og síðan marineraðar í 12 - 24 klukkustundir. *Grillað*
2. Reykjarinn / grillið er undirbúið fyrir óbeina grillun við 100 ° C. Í fyrsta áfanga eru svínakinnar varlega reykt í 3 klukkustundir. Fyrir seinni áfangann er grillhitinn
   hækkað í 140°C. Kjötið er sett í

hentug skál, sem rauðvíni er hellt í til gufu. Settu smá BBQ sósu yfir kinnarnar og lokaðu síðan ílátinu. Svínakinnar eru gufusoðnar í 2 klst. Í síðasta áfanga er kjötið tekið úr skelinni og grillað við 100°C. Hægt er að þurrka það 1 - 2 sinnum með rauðvíns- og sósublöndunni. Eftir samtals 6 klukkustundir eru svínakinnar úr reykjaranum tilbúnar: ótrúlega mjúkar og safaríkar!

14. Kjúklingabringur með beikoni og myntu

Hráefni
- 2 kjúklingabringur (húðlaus)
- 4 sneiðar af beikoni   10 lauf af piparmyntu
Fyrir nuddið:
- 1 tsk hrásykur (lífrænn)

- 1 tsk steinsalt (ekki joðað)
- 1 tsk paprikuduft (göfugt sætt)
- pipar
- 1/2 tsk kjarndýr (þurrkuð, rifin)
- 1 hvítlauksgeiri (stór)

Undirbúningur
1. Fyrir kjúklingabringurnar með beikoni og myntu, gerðu fyrst nuddið. Til að gera þetta skaltu blanda öllu hráefninu vel saman og kreista hvítlauksrifið út í.
2. Skerið kjúklingabringurnar, skerið í um það bil 2/3 eftir endilöngu og nuddið nuddið alveg inn (einnig að innan). Setjið í kæliskáp í að minnsta kosti 2 klst.
3. Setjið myntublöðin að hluta í innri vasann og ofan á. Vefjið hverri inn með 2 beikonsneiðum og festið með tannstönglum. Forhitið reykjarann í 180°C.
4. Grillið kjúklingabringuna með beikoni og myntu óbeint í um 25 mínútur, þar til beikonið er stökkt.

15. Grilluð villilaxflök með lime og chilli

Hráefni

- 4 Gæða Fyrstu villta laxaflökin (þíðað)
- 1 grillbakki

Fyrir marineringuna:

- 4 msk Quality First Toscana ólífuolía
- 2 lífrænar lime
- 1 chilli pipar, skorinn niður
- 1 hvítlauksgeiri
- 1 tsk sjávarsalt (gróft)

Undirbúningur

1. Fyrir grilluð villilaxflök með lime og chilli , saxið fyrst chilli piparinn smátt og pressið síðan hvítlaukinn. Rífið hýðið af limeinum og kreistið

ávextina. Blandið öllu hráefninu saman í marinering.
2. Fjarlægðu hýðið af laxaflökunum og marineraðu flökin í marineringunni í 30-60 mínútur.
3. Undirbúið grillið. Settu grillbakkann á heitt grillið. Takið laxaflökin úr marineringunni og skolið vel af. Setjið í grillplötuna og grillið í 3-4 mínútur á hvorri hlið.
4. Raðið grilluðu laxaflökunum á diska og hellið afganginum af marineringunni yfir.
5. Grilluð villilaxflök með lime og chilli þjóna.

16. Striploin steik með hvítlauksbrauði

Hráefni

- 500 g sleif
- Chimichurri
- ½ baguette
- ólífuolía, hvítlauk, salt og pipar
- smá ferskt **salatundirbúningur**

1. Takið steikina úr ísskápnum um klukkustund áður en hún er grilluð svo hún nái stofuhita. Fituhlífin er

   skorið og kjötið nuddað á báðar hliðar með grófu sjávarsalti. *Grillað*
2. Grillið er undirbúið fyrir beina grillun við háan hita og er steikin grilluð með hinni þekktu

90/90/90/90 aðferð. Í þessu skyni var soðið á LE3 notað og kjötið síðan dregið í grillið við tæplega 150°C að kjarnahita ca. 54°C. Í millitíðinni er ólífuolíunni blandað saman við smá salti, pipar og tvö pressuð hvítlauksrif og dreift á niðurskorið baguette. Brauðið er nú grillað í stutta stund á grillinu og síðan dreift á salatið. Bætið smá chimichurri við það. Steikin var mjög safarík og bragðgóð. Salt og pipar styðja fullkomlega við tilkomumikið bragð kjötsins.

17. Vorborgari à la Sauerland BBCrew

Hráefni
- 600 g nautahakk (fyrir tvo hamborgara)
- 8 sneiðar af cheddarosti (eða öðrum sterkan osti)
- 1 tómatur
- 6 sneiðar af beikoni

- laukur
- salat
- eldflaug
- salt, pipar
- hamborgarabollur (hugsanlega ristað brauð eða brauð fyrir milliskammt)
- chipotle sósu

Undirbúningur

1. Fyrst kryddarðu nautahakkið með salti/pipar og blandar því vel saman. Hakkið er síðan notað til að mynda 150 g bökunarbollur. Besta leiðin til að gera þetta er með hamborgarapressu. Chipotle sósan er einnig útbúin fyrirfram. *Grillað*

2. Grillið er undirbúið fyrir beina grillun við 200 - 230°C. Hamborgarabökurnar eru fyrst grillaðar á annarri hliðinni í 3-4 mínútur og síðan er þeim snúið við. Osturinn er nú settur á þegar grillaða hliðina svo hann geti rennt vel. Grillið á meðan millibollan á báðum hliðum þannig að hún verði góð og stökk, sem og beikonið. Eftir 3-4 mínútur í viðbót eru hamborgarabollurnar tilbúnar.

3. Síðan er hamborgarinn settur á: neðri hluti bollunnar er fyrst húðaður með chipotle sósunni og fyrsta bollan sett ofan á. Þetta er toppað með 2 tómatsneiðum og smá grænu salati. Nú kemur millihlutinn, með honum tekur þú hálfa bollu (eða

ristað brauð eða brauð er líka hægt). Þetta er síðan húðað með chipotle sósunni. Setjið seinni bökuna ofan á, svo beikonið, nokkra lauka og smá rokettu. Efri helmingur bollunnar er húðaður með sósunni og tvöfaldi nautahamborgarinn tilbúinn - safaríkt, kryddað kjöt, stökkt beikon og heit sósa!

18. Grískur hamborgari

Hráefni
- 150 g nautahakk
- Feta ostur
- Laukur (rauður)
- Pepperoni
- Ólífur
- 1 msk Gyros Rub

- Sirtaki
- Hamborgarabollur
- Tsatsiki

Undirbúningur
1. Fyrst blandarðu nautahakkinu saman við gyros rub (1 msk. á patty). Hakkið er hnoðað vel þannig að kryddið dreifist jafnt. Þetta er svo notað til að mynda 150 gramma bökunarbollur sem er best að gera með hamborgarapressu. *Grillað*
2. Grillið er undirbúið fyrir beina grillun við 200 - 230°C. Hamborgarabökurnar eru fyrst grillaðar í 4 - 5 mínútur á annarri hliðinni, síðan er þeim snúið við. Eftir 4 - 5 mínútur í viðbót eru hamborgarabollurnar tilbúnar. Síðan er bollan toppuð : Smyrjið fyrst tsatsiki á neðri helminginn af bollunni og toppið með salati. Svo setur þú pattie ofan á, hjúpar hana aftur með tzatziki og klárar hamborgarann með nokkrum teningum af fetaosti, pepperoni, lauk og ólífum - gríski hamborgarinn er tilbúinn!

19. Reykt brie með hindberjabalsamiksírópi

hráefni

- 2 brie (kringlótt)
- Kex
- 1 reykbretti (náttúrulegt, úr hlyni (u.þ.b. 180 x 30 cm) lagt í bleyti í að minnsta kosti 2 klst.)
- 1 handfylli af kirsuberjaflís (lagður í bleyti í að minnsta kosti 30 mínútur)
- Fyrir hindberjabalsamiksírópið:
- 5 msk hindberjasulta (án fræ)
- 3 msk balsamik edik (hvítt)
- 2 msk vatn

Undirbúningur

3. Fyrir reykt brie með hindberjabalsamiksírópi, undirbúið tveggja svæða glóð fyrir miðlungshita (175-230 ° C). Í litlum potti með þungum botni, hrærið sultunni á miðlungs til hátt með 2 matskeiðar af ediki og 2 matskeiðar af vatni. Látið suðuna koma upp og lækkið niður í síróp á 2-3 mínútum.

4. Blandan á að vera þykk en samt rennandi? það þykknar enn frekar þegar það kólnar. Takið pottinn af hellunni og setjið til hliðar við stofuhita.

5. Settu tæmt reykborðið yfir beinan, meðalhita og lokaðu grilllokinu. Þegar borðið byrjar að reykja eftir um það bil 6 mínútur og er kulnað, setjið kulnuðu hliðina upp á hitaþolið yfirborð og setjið tvo osta á miðju borðsins.

6. Tæmdu reykflögurnar, dreifðu þeim á glóðina og lokaðu grilllokinu. Um leið og reykur kemur upp er brettið sett á óbeinn meðalhita og ostarnir reyktir í 1517 mínútur með loki þar til þeir eru orðnir fallegir og mjúkir að innan og börkurinn er gullinbrúnn. Fjarlægðu borðið af grillinu og settu það á hitaþolið yfirborð.

7. Blandið sírópinu saman við 1 matskeið af ediki sem eftir er; það ætti þá að hafa samkvæmni eins og

örlítið rennandi sultu. Hellið sírópinu yfir heitan ostinn og berið reyktan brie fram með hindberjabalsamiksírópi beint á borðið með kexinu.

20. Reyktur lax stremelchen

hráefni

- 2 msk salt
- 0,5 msk sykur
- 1 lárviðarkrydd
- 10 einiber
- 3 timjan (mögulega fleiri)
- 1 TL Pimento korn
- 2 negull
- 1 tsk piparkorn
- 1 TL kóríanderfræ
- 4 laxaflök (80g)

- 2 msk beykimjöl (td veiðivörur) **undirbúningur**

1. Blandið sykri, salti, lárviðarkryddi, 4 timjani , einiberjum, nýjum kryddum, negul, pipar og kóríanderkornum saman við 1/2 lítra af vatni í 5 mínútur og látið kólna. Settu laxinn í marineringuna í 15 mínútur, fjarlægðu og þurrkaðu aðeins.
2. stráið beykimjöli og restinni af einiberjunum í miðja wok. Hitið wokið á eldhúshellu við háan hita í 7-10 mínútur þar til hveitið byrjar að reykja lítillega. Setjið laxastrimlana á gufubát (20 cm ø), setjið yfir beykimjölið í wokinu og setjið lokið á. Setjið wokið í ofninn sem er hitaður í 180 ° C (gas 2-3, ekki mælt með convection) á 2. brautina frá botninum.
3. Reykið lax í 12-15 mínútur.
4. Komið með stremellaxinn með ferskum kryddjurtum, sinnepssabayon og svörtu brauði á borðið.

21. Porterhouse steik úr viskíreyki

Hráefni

- porterhouse steik
- salt
- viskí pipar **Undirbúningur**

1. Takið steikina úr kæli ca. 1 klst áður en grillað er svo það nái stofuhita. Fitubörkurinn er rispaður með beittum hníf. 30 mínútum fyrir grillun er steikin ríflega saltin á báðum hliðum.

Grillað

1. Grillið er stillt á 120°C hitastig. Í fyrsta skrefi er steikin grilluð óbeint í 50°C kjarnahita.

    Það er reykt næði með viskíbitum.

2. Annað skrefið er að gefa steikinni skorpu. Til að gera þetta er grillið hitað upp í háan hita (> 250 °C). Steikin er grilluð beint á báðum hliðum í um 3 mínútur. Steikina má að sjálfsögðu líka grilla á sizzle zone, steypudisk eða á pönnu.

3. Steikin ætti nú að vera með ca. 54 ° C (miðlungs sjaldgæft). Ef þú vilt hafa hana meira í gegn skaltu bara láta steikina standa lengur á grillinu í fyrsta áfanga. Porterhouse steikin losuð við beinið og skorin í sneiðar, kryddað með smá salti og viskípiparnum - tilbúið!

21. Dregið nautakjöt úr reykjaranum

Hráefni

2 kg nautaháls (að minnsta kosti 2 kg - smærri bitar geta orðið þurrir!)

Undirbúningur

1. Nautakjötshálsinn er kryddaður á allar hliðar með nuddinu og lofttæmd í 12-24 klukkustundir eða pakkað inn í matarfilmu og sett í kæli . *Grillað*
2. Grillið / reykurinn er stilltur á hitastigið 100 - 120 ° C ("lágt og hægt"). Hálsinn er settur á óbeina svæðið, tengdur hitamælinum og síðan

reyktur næði með lokinu lokað. Pullað nautakjötið er tilbúið við kjarnhita á bilinu 87 - 90°C, eftir því hversu meyrt það er.

22. Nautarif úr hickory reyknum

Hráefni

- Nautarif
- Nautarif Rub
- **Undirbúningur** BBQ sósu

1. Fyrst er silfurhýðið fjarlægt af nautarifunum. Til að gera þetta rennir þú hníf undir eitt beinanna og lyftir silfurhúðinni. Þá má draga það frá - líklega erfiðara en með svínakjöti. Síðan er nautarifinu nuddað með nuddinu á báðum hliðum. Rúmið ætti að nota sparlega því nautakjötsbragðið ætti náttúrulega að ráða

ríkjum. Vafið inn í matarfilmu eiga rifin nú að hvíla í kæli í um 12-24 klst. *Grillað*

2. Grillið/reykjarinn er stilltur á óbeinan hita sem er 100 - 120°C. Rifin eru sett á grillið með beinhliðina niður. Fyrstu fjórar klukkustundirnar eru reyktar með hickory viði. Síðan er rifunum pakkað inn í álpappír og penslað ríkulega með BBQ sósu. Hitastigið er hækkað í 140 ° C. Svo eru þau grilluð óbeint í tvær klukkustundir í viðbót. Nautarifin eru tilbúin eftir samtals sex klukkustundir. Afganginum af sósunni er dreift yfir yfirborðið.

23. Ostandi kjúklingavængir

Hráefni
- Kjúklingavængir
- að eigin vali, hér: Ankerkraut Magic

Ryk
- ostur, rifinn
- chili duft,
- graslauk

Undirbúningur
1. Kjúklingavængirnir eru kryddaðir með nuddinu og marineraðir í kæliskáp í 12 - 24 klst.
2. Grillað
3. Grillið/reykingartækið er stillt á hitastigið 100 - 120°C. Vængirnir eru reyktir varlega í 1 ½ klst. Eftir reykingu seturðu kjúklingavængina á pönnu eða eldfast mót og stráir smá osti og chilidufti yfir eins og þú vilt. Vængirnir eru grillaðir aftur þar til osturinn hefur bráðnað. Kjúklingavængirnir með osta eru síðan bornir fram með litlum graslauk.

24. Piparhúðuð andabringa

Hráefni

- 2 andabringur (ca. 300 g hver) súrum gúrkum
- nudda
- 1 msk hlynsíróp
- ca. 10 msk pipar, mulinn

Undirbúningur

1. Fyrst þværðu andabringurnar og þurrkaðu hana svo. Öll útstæð húð er skorin af. Fyrir herðablönduna er einstökum innihaldsefnum blandað, ef nauðsyn krefur, malað í mortéli. Það fer eftir þyngd andabringanna að breyta magni saltsaltsins (sjá uppskrift). Stykkarnir eru kryddaðir með blöndunni á báðum hliðum og síðan lofttæmdir. Þannig að þær geta verið í kæliskápnum í 6 - 7 daga þar til þær eru alveg grónar. Eftir þennan tíma er

steikingarblandan skoluð af kjötinu og andabringurnar þurrkaðar.

2. Til að piparinn festist betur skaltu pensla kjöthliðina (húðhliðina niður) með hlynsírópi. Stráið svo muldum pipar yfir kjötið (ekki möluðum!) og þrýstið því vel. *Grillað*

1. Reykvélin eða grillið er stillt á 100 - 110°C hitastig. Andabringan er nú óbeint grilluð/reykt að viðbættum lúmskum reyk upp að 75°C kjarnahita. Auðvitað má bringan vera skorið og smakkað strax eftir reykingar, en betra er að ryksuga það aftur í 3 - 4 daga

svo að það geti aftur aukið bragðið og mýkt.

25. Bjórdós Kjúklingur

Hráefni
- 1 kjúklingur

- Kjúklingurúfur
- rauðvín (eða annar vökvi að eigin vali - til að fylla kjúklingahaldarann)

Undirbúningur

1. Kjúklingurinn er fyrst þveginn og þurrkaður. Svo er það kryddað undir húðinni. Þú rennir hendinni undir húðina og fjarlægir hana auðveldlega. Þannig er hægt að dreifa nuddinu jafnt undir húðina. Að lokum er kjúklingurinn kryddaður létt að utan. Kjúklingahaldarinn er þegar fylltur af víni, síðan er kjúklingurinn settur á hann handhafa. *Grillað*

2. Grillið eða reykurinn er stilltur á hitastigið ca. 180 ° C. Setjið kjúklinginn með dósinni eða haldaranum á ristina. Grillhitamælirinn er settur í kistuna. Fyrstu 30 mínúturnar er reykt varlega. Þegar bringan hefur náð 72°C kjarnahita er kjúklingurinn tilbúinn. Haldinn er fjarlægður. Varúð: mjög heitt! Síðan er kjúklingurinn skorinn upp með alifuglaskærum.

3. Útkoman er ofurbragðmikill og safaríkur kjúklingur.

26. BBQ kjúklingalætur

Hráefni

- 4 kjúklingaleggir á 200 gr
- Kjúklingurúf eða nudd að eigin vali
- Venjuleg BBQ moppa eða BBQ sósa að eigin vali

Undirbúningur

1. Kjúklingalærin eru fyrst þvegin og þurrkuð. Síðan er þeim nuddað með nuddinu. Til að nuddurinn geti færst inn eru hamararnir settir í kuldann í 12-24 klst. *Grillað*
2. Grillið / reykurinn er hitaður í 130 ° C. Kjúklingaleggirnir eru settir á ristina og lokið er lokað. Kjúklingaleggirnir eru reyktir af næði með hickory viði. Eftir 2 tíma eru lappirnar penslaðar með BBQ sósunni (frá öllum hliðum) og grillaðar óbeint í hálftíma í viðbót. Kjúklingaleggirnir eru tilbúnir eftir ca 2,5 tíma!

27. Kjúklingabringur með beikoni og myntu

Hráefni
- 2 kjúklingabringur (húðlaus)
- 4 sneiðar af beikoni   10 lauf af piparmyntu
Fyrir nuddið:
- 1 tsk hrásykur (lífrænn)
- 1 tsk steinsalt (ekki joðað)
- 1 tsk paprikuduft (göfugt sætt)
- pipar
- 1/2 tsk kjarndýr (þurrkuð, rifin)
- 1 hvítlauksrif (stór) **Undirbúningur**
1. Fyrir kjúklingabringurnar með beikoni og myntu, gerðu fyrst nuddið. Til að gera þetta skaltu blanda

öllu hráefninu vel saman og kreista hvítlauksrifið út í.
2. Skerið kjúklingabringurnar, skerið í um það bil 2/3 eftir endilöngu og nuddið nuddið alveg inn (einnig að innan). Setjið í kæliskáp í að minnsta kosti 2 klst.
3. Setjið myntublöðin að hluta í innri vasann og ofan á. Vefjið hverri inn með 2 beikonsneiðum og festið með tannstönglum. Forhitið reykjarann í 180°C.
4. Grillið kjúklingabringuna með beikoni og myntu óbeint í um 25 mínútur, þar til beikonið er stökkt.

28. Kjúklingavængir frá hickory reyknum

Hráefni
- Kjúklingavængir
- Kjúklingurúfur
- Hefðbundin BBQ Mop **Undirbúningur**

1. Kjúklingavængir eru fyrst þvegnir og þurrkaðir. Síðan eru þær kryddaðar með kjúklingakreminu. Svo að nuddurinn geti færst inn eru vængirnir haldnir köldum í 12-24 klukkustundir. *Grillað*
   1. Grillið/reykingartækið er stillt á hitastigið 100 - 120°C? vatnsskálin er fyllt með vatni. Kjúklingavængirnir eru settir á ristina og lokið er lokað. Kjúklingavængir eru reyktir varlega með hickory tré í um það bil 30 mínútur. Eftir reykingarfasa eru vængirnir penslaðir með moppusósunni á allar hliðar og grillaðir óbeint í 1,5 klukkustund í viðbót (án þess að reykja við). Eftir samtals tvo tíma eru vængirnir penslaðir aftur með moppunni og grillaðir í 5 mínútur með loki lokað.

29. Gulrótar franskar

Hráefni
- 500 g gulrætur
- 3 matskeiðar ólífuolía
- 2 matskeiðar nudda að eigin vali
- 2 matskeiðar parmesan, fínt rifinn
- graslauk

Undirbúningur
1. Gulræturnar eru þvegnar, ekki afhýddar! Svo skerðu þær í strimla þannig að þær séu á stærð við "venjulegar" franskar . Gulrótunum er blandað vel saman við ólífuolíu, nuddið og parmesan og síðan dreift á eldfast ílát klætt með bökunarpappír. *Grillað*
2. Grillið er undirbúið fyrir óbeina grillun kl 180 ° C. Gulrótarfrönskurnar eru nú "bakaðar " í 30 mínútur. Fullunnar kartöflur eru skreyttar með graslauk, auk tómatsósu! Ef þú vilt geturðu líka búið til lúmskan reyk í grillinu, svo að franskar séu enn með smá reyk.

30. Stöngulhögg

Hráefni

- Svínakótilettur
- Pipar
- Salt
- Ferskir rósmaríngreinar

Undirbúningur

1. Kjötið er tekið úr ísskápnum um klukkustund fyrir grillun. Skerið í fitulagið með beittum hníf. Kotitilinn er kryddaður á báðum hliðum með smá salti og pipar.

   Grillað

2. Grillið er undirbúið fyrir beina og óbeina grillun á ca. 140 ° C. Kotilettan er upphaflega sett á óbeinu hliðina og nokkrar greinar af fersku rósmarín eru settar á kjötið. Með viskíbitum er kjötið nú reykt

varlega þar til það hefur náð ca. 60°C. Síðan er kótilettan grilluð stutt á báðum hliðum við beinan hita, fitulagið er líka grillað stutt. Kjötið er skorið í bita og má bera fram.

31. Secreto frá viskíreyknum

Hráefni
- Secreto (u.þ.b. 400 - 500 g)
- smá ólífuolía
- salt

Fyrir viskíísinn:
- 2 msk viskí
- 1 msk hunang
- ½ tsk sítrónusafi **Undirbúningur**

1. Kjötið er tekið úr kæli hálftíma fyrir grillið, nuddað létt með olíu og saltað á báðar hliðar. Hráefninu í sósuna er blandað saman.

Grillað

2. Grillið/reykingartækið er undirbúið fyrir beina og óbeina grillun. Fyrst er Secreto grillaður beint á báðum hliðum og steiktur. Hér er líka hægt að nota pönnu, sizzle zone eða topphita grill. Þegar

kjötið hefur fengið góða skorpu (tíminn fer eftir grilli og hitastigi) fer það í grillið/reykingarvélina til að elda við 140°C. Hér er hægt að nota grillhitamæli til að fylgjast með kjarnahitanum. Við miðum við 62°C hitastig. Áður en lokinu á grillinu/reykingarvélinni er lokað, mýtum við kjötið á báðum hliðum með hunangs-viskíísnum. Þá er kjötið varlega soðið í viskíreyknum. Um leið og æskilegum KT er náð er kjötið tekið af grillinu og látið hvíla í tvær mínútur. Secreto er skorið í bita og borið fram.

32. Svínakinnar úr reykjaranum

Hráefni

- 0,5 kg svínakinnar (4 stykki)
- BBQ sósa að eigin vali
- 300 - 500 ml rauðvín

Undirbúningur

3. Svínakinnar eru kryddaðar með nudda að eigin vali og síðan marineraðar í 12 - 24 klukkustundir. *Grillað*
4. Reykjarinn / grillið er undirbúið fyrir óbeina grillun við 100 ° C. Í fyrsta áfanga eru svínakinnar varlega reykt í 3 klukkustundir. Fyrir seinni áfangann er grillhitinn hækkaður í 140 ° C. Kjötið er sett í viðeigandi skál, þar sem rauðvíni er hellt til gufu. Settu smá BBQ sósu yfir kinnarnar og lokaðu síðan ílátinu. Svínakinnar eru gufusoðnar í 2 klst. Í síðasta áfanga er kjötið tekið úr skelinni og grillað við 100°C. Hægt er að þurrka það 1 - 2 sinnum með

rauðvíns- og sósublöndunni. Eftir samtals 6 klukkustundir eru svínakinnar úr reykjaranum tilbúnar: ótrúlega mjúkar og safaríkar!

33. Franskur rekki úr hickory reyk

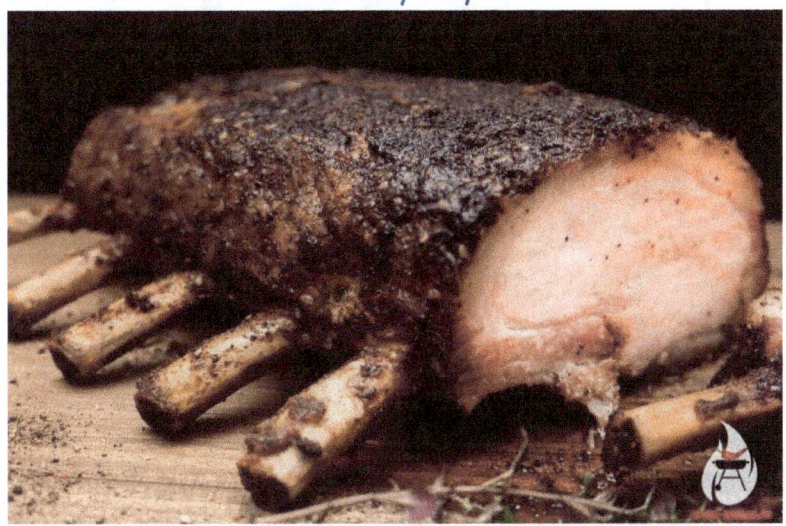

Hráefni

Undirbúningur í franskri rekki Iberico

1. Kjötið er kryddað með nuddinu 24 tímum áður en það er grillað og síðan sett í kæli (lofttæmdur eða þakinn). Klukkutíma áður en grillað er skaltu setja kjötið út svo það nái stofuhita. Til að beinin verði ekki dökk við reykingar má hylja þau með álpappír. *Grillað*

2. Reykjarinn / grillið er stillt á 100 - 110 ° C, fullkomið fyrir "lágt og hægt". Þegar hitastigi er náð seturðu bakið á grillið, stingur grillhitamælinum í kjötið og lokar lokinu. Kjötið er nú reykt varlega þar til kjarnhiti er 62°C. Eftir 5 mínútna hvíld er kjötið skorið í sneiðar á milli beinanna ...

34. Svínalund á mexíkósku salati

Hráefni

- 1 svínaflök, ca. 500g
- 1 pakki skinku í teningum (250 g)
- 1 rauðlaukur
- 1 rauð paprika
- 1 grœn paprika
- 1 gul paprika
- 1 dós nýrnabaunir (250 g)
- 1 dós hvítar baunir (250 g)
- 1 dós maís (300 g)
- steinselja 2 matskeiðar af
- ólífuolía (til steikingar) *Fyrir sósuna:*
- 2 matskeiðar af ólífuolíu

- 2 matskeiðar af hvítu balsamikediki
- 2 matskeiðar af eplasafa
- Salt, pipar

Undirbúningur
1. Svínalundin er þvegin og þurrkuð og nudduð með nudda að eigin vali. Það er ryksugað eða pakkað inn í matarfilmu og síðan geymt í kæli í um 12 klukkustundir svo að nuddið geti sogast í sig.
2. Fyrir salatið er paprikan og laukurinn skorinn í teninga. Svo hitar þú olíuna á pönnu og steikir skinkuhægelduna í stutta stund. Þar á eftir koma laukarnir sem eru steiktir þar til þeir eru hálfgagnsærir. Síðan fylgir niðurskorin paprika, baunir og maís. Þegar paprikan er orðin meyr, takið pönnuna af hellunni. Fyrir salatsósuna, blandið saman ólífuolíu, ediki og eplasafa og kryddið með salti og pipar. Salatinu er blandað saman við sósuna og steinseljublaðinu stráð yfir rétt áður en það er borið fram. *Grillað*
1. Grillið er stillt á ca. 160 - 180°C fyrir beina og óbeina grillun
2. . Svínalundin er fyrst grilluð í stutta stund á öllum hliðum við beinan hita. Síðan setur þú kjötið á óbeina svæðið og dregur það upp í kjarnahita sem er ca. 60°C fyrir bleikan kjarna. Í eldunarferlinu er svínaflakið reykt varlega, ólífuviður var notaður fyrir Miðjarðarhafsnót.

3. Kjötið er skorið í sneiðar og borið fram á mexíkóska salatið. Salatið bragðast líka vel heitt!

35. Grísk Pulled Pork Wraps

Hráefni
- 1 svínaháls / svínaöxl ca. 2,5 - 3 kg
- Gyros Rub
- Feta ostur
- Tsatsiki
- Pepperoni
- Ólífur
- Laukur

Fyrir deigið (fyrir 8 umbúðir)
- 400 g hveiti
- 200 ml vatn, volgt
- 8 matskeiðar af olíu
- 2 teskeiðar af salti

Undirbúningur
1. Kjötstykkið (hvort sem er öxl eða háls) er að nudda u.þ.b. 12-24 klukkustundum fyrir grillun. Fyrir gríska svínakjötið nota ég Ankerkrauts „Smoking Zeus", gyros rub. Að öðrum kosti er auðvitað hægt að nota sjálfblandað gyros rub. Eftir að hafa nuddað er kjötinu pakkað inn í matarfilmu og sett í kæli. Kjötið er tekið úr kæli um 1 klst áður en það er grillað.

Grillað

2. Grillið/reykingartækið er stillt á 100 - 120°C fyrir óbeina grillun og reykingar. Þegar markmiðshitastiginu hefur verið náð og kubbarnir eru reyktir er kjötið sett á vírgrind og tengt við kjöthitamælirinn. Vatnsskálin er fyllt með vatni. Kjötið er reykt með hickory viði fyrstu tvo tímana. Þegar þú gerir þetta heldurðu áfram að bæta við við þannig að kjötið hafi lúmskan reyktan blæ. Kjötið er ekki moppað og má útbúa streitulaust og án mikillar eftirlits við 100 - 120°C. Pullað svínakjöt er tilbúið þegar kjarnhiti er 90°C.

3. Fyrir umbúðirnar er hveitinu blandað saman við olíu og salti og hnoðað. Þú heldur áfram að bæta við volgu vatni til að gera gott deig. Eftir hnoðið á deigið að hvíla í um 30 mínútur þar til því er síðan

skipt í 8 jafna hluta. Þessum er rúllað flatt og steikt á báðum hliðum á pönnu.

4. Umbúðirnar haldast safaríkar og rúlla mjög vel ef þær eru pakkaðar inn í álpappír eftir steikingu. Þetta þýðir að hægt er að útbúa þær 1-2 klukkustundum áður en PP er lokið. Ef þú vilt geturðu sett umbúðirnar á grillið í 5-10 mínútur (enn vafðar inn í álpappír) svo þær séu volgar þegar þú berð fram.

5. Eftir að hafa náð 90°C kjarnahita er kjötið rifið í sundur, helst fyrir framan gestina að sjálfsögðu. Umbúðirnar eru fylltar með pulled pork, auk dollu af tzatziki , smá fetaosti, pepperoni, lauk og ólífum til - og tilbúinn eru grísku Pulled Pork Wraps.

36. Grillaðir smokkfiskar með reyktu paprikudufti

hráefni

- 2 tsk reykt paprikuduft
- salt
- pipar úr kvörninni
- 4 msk ólífuolía
- 800 g ferskur calamari
- sítrónusafi eftir smekk

Undirbúningsskref

1. Blandið paprikuduftinu saman við salti, pipar og olíu. Þvoið og hreinsið calamari, skerið í stóra bita, blandið saman við olíuna og látið standa í 15 mínútur.
2. Hitið grillið og grillið calamari yfir allt á meðalhita í 3-4 mínútur.
3. Raðið í skál og dreypið smá sítrónusafa yfir ef vill.

37. Svínaflökurúllur

hráefni

- 2 rauðlaukar
- 6 msk ólífuolía
- 2 tsk reykt paprikuduft (spænsk sérstaða)
- 350 g svínalund **Undirbúningsskref**

1. Afhýðið og helmingið laukinn og skerið í mjög þunna hringa. Blandið olíunni og paprikunni saman í lítilli skál.
2. Skolið svínalundina, þurrkið og skerið í 16 þunnar sneiðar.
3. Setjið sneiðarnar á stórt stykki af plastfilmu og hyljið með öðru stykki af plastfilmu.

4. Bankaðu nú aðeins flatt með kjötmýrara eða þungum potti. Fjarlægðu álpappírinn og klæddu kjötsneiðarnar með helmingi paprikuolíunnar.
5. Dreifið laukhringjunum á kjötið, rúllið öllum flaksneiðunum upp í litlar rúllur og setjið 4 af hverjum á 1 grillpinna.
6. Setjið rúllurnar á álfat og penslið yfir allt með paprikuolíu sem eftir er. Grillið í um 6-8 mínútur á hvorri hlið.

38. Kartöflusúpa með reyktum laxi og eplum

epli

hráefni
- 500 g hveitikartöflur
- 100 g sellerí
- 1 laukur
- 1 gulrót
- 800 ml grænmetissoð
- 100 ml þeyttur rjómi
- 2 msk creme fraiche ostur
- salt
- hvítur pipar
- ferskar kryddjurtir í skrautið? zb dill og kersi

Undirbúningsskref
1. Flysjið og saxið kartöflur, sellerí, lauk og gulrót. Setjið allt í pott með soðinu, hitið að suðu og lok á og látið malla í um 25 mínútur. Maukið síðan súpuna fínt með blandara. Hrærið rjómanum og creme fraiche saman við. Kryddið eftir smekk með salti og pipar.
2. Hellið súpunni á heita diska, skreytið með kryddjurtum og berið fram með laxi með kapers ef vill.

39. Brauð með reyktum laxi

hráefni

Fyrir útbreiðsluna

- 100 g af rjómaosti
- 1 ½ msk piparrót úr krukkunni
- 1 klípa kornótt grænmetissoð
- 1 klípa paprikuduft
- 50 g þeyttur rjómi þeyttur
- salt
- pipar
- 4 sneiðar af heilkornabrauði
- 4 stærri sneiðar af reyktum laxi
- 1 rauður chilipipar
- 2 msk sólblómafræ
- 1 msk söxuð steinselja

Undirbúningsskref
1. Blandið rjómaostinum saman við piparrótina, soðinu og paprikunni þar til það er slétt. Blandið rjómanum saman við og kryddið með salti og pipar.
2. Smyrjið álegginu á brauðið og toppið með laxi. Þvoið chili , fjarlægið fræin, skerið í hringa og blandið saman við sólblómafræin og steinseljuna. Skreytið brauðið með því og berið fram strax.

40. Kartöfluterta með sýrðum rjóma og reyktum lax

hráefni

- 500 g hveitikartöflur
- salt
- 1 ómeðhöndluð sítróna
- 2 stilkar af dilli
- 1 egg
- 120 g hveiti
- 20 g matarsterkju
- pipar úr kvörninni
- múskat
- 2 msk jurtaolía
- 30 g af smjöri
- 70 g af sýrðum rjóma

- 16 sneiðar af reyktum laxi

Undirbúningsskref

1. Afhýðið og þvoið kartöflurnar og soðið í söltu sjóðandi vatni í 25-30 mínútur. Tæmið, látið gufa upp og þrýstið í gegnum kartöflupressu á meðan það er enn heitt. Látið blönduna kólna alveg.
2. Skolið sítrónuna með heitu vatni og afhýðið börkinn. Þvoið dillið, hristið það þurrt, fjarlægið nálarnar og saxið smátt. Blandið kældu kartöflublöndunni saman við egg, hveiti, maíssterkju og kryddið með salti, pipar og múskati.
3. Hitið olíuna með smjörinu á pönnu og bætið matskeið af kartöflublöndunni á hverja pönnu, fletjið hana aðeins út og steikið þar til þær eru gullinbrúnar á báðum hliðum. Takið tilbúnar kartöflukökurnar af pönnunni, látið renna af á eldhúspappír og raðið þeim á disk.
4. Berið fram með sýrðum rjóma og laxasneið og skreytið með sítrónuberki og söxuðu dilli. Berið fram malaðan með pipar.

41. Boar Shoulder á The Smoker

Hráefni

- Öxl á villi 4 lbs (2,2 kg)
- 1/4 bolli Worcestershire sósa
- 1/4 bolli sojasósa
- 2 hvítlauksgeirar, saxaðir
- 1/2 skeið. þurrt sinnep
- 1/4 bolli af ólífuolíu
- 1/2 bolli rauðvín
- safi úr 1 lime. safi úr 1 sítrónu
- 1/2 bolli appelsínusafi
- 1/4 skeið. svartur pipar sprunginn
- 1 matskeið saxað rósmarín

- 1 matskeið söxuð salvía
- 1 matskeið saxað kóríander

Undirbúningur

1. Blandið öllu hráefninu nema villisvínum saman í stóra skál.
2. Lokið og látið hvíla í 1 til 2 klukkustundir til að leyfa bragðinu að giftast.
3. Setjið göltaöxl í stóran pott og skreytið með marineringunni, nuddið vel inn í kjötið. Þú getur líka sett það í ziplock poka
4. Lokið og kælið í 4 til 6 klukkustundir. Takið kjötið úr marineringunni, geymið marineringuna.
5. Undirbúið reykingargryfju eða rafmagns reykingavél við hitastig 250 ° til 300 ° F eða samkvæmt leiðbeiningum framleiðanda, notaðu Mesquite og Pecan við.
6. Gölta öxl reykir í 3 til 4 klukkustundir eða þar til innra hitastigið nær 165 ° F, bastið með marineringunni á 30 mínútna fresti. Ef þú notar grind skaltu baka við innra hitastig 135 - 138 ° F fyrir miðlungs sjaldgæfa eða æskilega eldun. Skerið í sneiðar og berið fram sem villisvín.

42. Jerky Nautakjöt Uppskrift - Sæt og krydduð

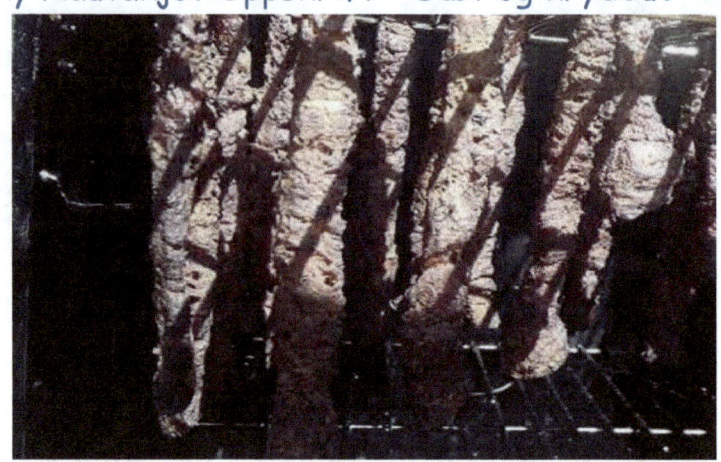

Hráefni

- 1 pund af innandyra umferð
- Marinade
- 1 C. Rauðheit sósa
- 1 C. Malað engifer
- 1/3 bolli sojasósa
- 1/2 bolli Teriyaki sósa
- 1/2 bolli af Worcestershire sósu
- 1 C. Tabasco
- 1 C. Sítrónusafi
- 1 C. matskeið Hvítlaukssalt
- 1 C. Laukurduft
- 1 C. Malaður pipar
- 1/2 bolli púðursykur

Undirbúningur

1. Þeytið saman allt hráefnið (nema kjöt) í stórri glerskál.
2. Bætið nautalundunum út í (dádýr, elgur eða annað) og blandið saman til að sökkva alveg niður í marineringuna. Lokið og látið marinerast í kæliskáp í 24 klst. Hrærið nokkrum sinnum á meðan á marineringunni stendur.
3. Takið kjötið úr marineringunni og fargið afganginum af marineringunni. Dreifið kjötstrimlunum í hillur reykjarans eða hengið þær upp án þess að snerta þær. Taktu uppáhalds skóginn þinn til að reykja.
4. Setjið reykvélina á í 6 til 8 klukkustundir við lágan hita án vatnsbakka 160F - 70C. Þeir ættu að vera nógu mjúkir til að beygja sig án þess að brotna. Geymið í loftþéttu íláti.

43. Reykt kalkúnafætur

hráefni

- 1 kalkúnfætur (2 1/2 kg)
- 4 msk nudda (kryddblanda fyrir alifugla)

undirbúningur

1. Fyrir reyktan kalkúnalegginn, þvoðu fyrst kalkúnalegginn, þurrkaðu hann og nuddaðu ríkulega með kryddblöndunni.
2. Pakkið inn í matarfilmu eða setjið yfir í kæliskáp í 24 klst.
3. Kalkúnafóturinn er með kjöthitamæli og náð í um 160°C þar til kjarnhiti er 80°C, brennið reykelsi í Smoker eða á gas- eða ketilgrillinu.

44. Gnocchi með laxastrimlum

hráefni

- 500 g soðnar kartöflur (soðnar og gufusoðnar)
- 1 stk egg
- 2 eggjarauður
- hvítlauk
- 150 g hveiti (handhægt)
- Lax (eftir smekk) **undirbúningur**

1. Fyrir gnocchi með laxastrimlum, blandið öllu hráefninu saman, bætið við smá grippy hveiti ef þarf.
2. Mótið gnocchi og veltið upp úr hveiti, setjið á hveitistráða bakka.
3. Annaðhvort frystið fyrirfram eða látið malla í sjóðandi söltu vatni.

4. Steikið reykta laxastrimlana, afgljáðu með koníaki og bætið smá rjóma út í.
5. Steikið hvítlauksrif, kryddið með salti, hvítum pipar og rósmaríni.
6. Fjarlægðu hvítlauksrifið, brjótið gnocchi út í sósuna, stráið nýsaxaðri steinselju yfir og berið fram.

45. Melónusalat með reyktum silungi

hráefni
- 300 g af reyktu silungsflaki
- 800 vatnsmelóna (1 stk)
- 1 rauðlaukur
- 2 stilkar af sellerí
- 2 blóðappelsínur 1 stilkur estragon
- 2 msk ólífuolía
- 2 msk sítrónusafi
- joðað salt með flúoríði
- pipar úr kvörninni

Undirbúningsskref
1. Afhýðið hýðið af silungsflökum og rífið kjötið í bita. Afhýðið melónuna og skerið í hæfilega stóra bita.

2. Afhýðið laukinn og skerið í hringa. Þvoið og hreinsið selleríið og skerið í þunnar sneiðar, setjið grænmetið til hliðar.
3. Afhýðið blóðappelsínur þannig að allt hvítt sé fjarlægt. Skerið ávaxtaflökin út á milli hýðanna sem aðskilin eru og safnaðu safanum. Saxið ávaxtaflökin gróft.
4. Þvoið estragonið, hristið það þurrt, tínið blöðin, saxið gróft saman við selleríblöðin og blandið saman við blóðappelsínusafann, ólífuolíuna og sítrónusafann. Kryddið með salti og pipar.
5. Bætið silungi, vatnsmelónu, appelsínuflökum, laukhringum og selleríbitum saman við, blandið öllu vel saman og smakkið til og dreifið á diska.

46. Rjómalöguð fiskisúpa með reyktum fiski

hráefni

- 1 laukur
- 2 hvítlauksrif
- 200 g sellerírót
- 2 msk smjör
- 2 msk hveiti
- 800 ml af fiskistofni
- 400 g roðlaus reykt silungsflök
- 200 ml þeyttur rjómi 30%
- salt
- pipar úr kvörninni
- 1 msk sítrónusafi
- dillráð til að skreyta

1. Afhýðið og skerið laukinn og hvítlauksrifið í sneiðar. Flysjið selleríið, skerið í teninga og svitið það með lauknum og hvítlauknum í heitu smjöri í u.þ.b. 2 mínútur þar til það er litlaus . Stráið hveitinu yfir og skreytið með fisksoði.
2. Rífið upp um 300 g af silungnum og bætið út í súpuna með rjómanum. Látið malla varlega í um það bil 20 mínútur, hrærið af og til. Maukið að lokum fínt og kryddið með salti, pipar og sítrónusafa. Dreifið í skálar. Rífið afganginn af silungnum smátt og setjið á súpurnar. Malið með pipar og berið fram skreytt með dilli.

47. Kartöflusúpa með reyktum laxi og eplum

hráefni

- 500 g hveitikartöflur
- 100 g sellerí
- 1 laukur
- 1 gulrót
- 800 ml grænmetissoð
- 100 ml þeyttur rjómi
- 2 msk creme fraiche ostur
- salt
- hvítur pipar
  ferskar kryddjurtir í skrautið? zb dill og kersi

3. Flysjið og saxið kartöflur, sellerí, lauk og gulrót. Setjið allt í pott með soðinu, hitið að suðu og lok á og látið malla í um 25 mínútur. Maukið síðan súpuna fínt með blandara. Hrærið

Undirbúningsskref

rjómanum og creme fraiche saman við. Kryddið eftir smekk með salti og pipar.

4. Hellið súpunni á heita diska, skreytið með kryddjurtum og berið fram með laxi með kapers ef vill.

48. Brauð með reyktum laxi

hráefni

Fyrir útbreiðsluna

- 100 g af rjómaosti
- 1 ½ msk piparrót úr krukkunni
- 1 klípa kornótt grænmetissoð
- 1 klípa paprikuduft
- 50 g þeyttur rjómi þeyttur
- salt
- pipar
- 4 sneiðar af heilkornabrauði
- 4 stærri sneiðar af reyktum laxi
- 1 rauður chilipipar
  2 msk sólblómafræ
- 1 msk söxuð steinselja

Undirbúningsskref
3. Blandið rjómaostinum saman við piparrótina, soðinu og paprikunni þar til það er slétt. Blandið rjómanum saman við og kryddið með salti og pipar.
4. Smyrjið álegginu á brauðið og toppið með laxi. Þvoið chili , fjarlægið fræin, skerið í hringa og blandið saman við sólblómafræin og steinseljuna. Skreytið brauðið með því og berið fram strax.

49. Kartöfluterta með sýrðum rjóma og reyktum

lax

hráefni

- 500 g hveitikartöflur
- salt
- 1 ómeðhöndluð sítróna
- 2 stilkar af dilli
- 1 egg
- 120 g hveiti
- 20 g matarsterkju
- pipar úr kvörninni

Undirbúningsskref

múskat
- 2 msk jurtaolía

- 30 g af smjöri
- 70 g af sýrðum rjóma
- 16 sneiðar af reyktum laxi **Undirbúningsskref**

1. Afhýðið og þvoið kartöflurnar og soðið í söltu sjóðandi vatni í 25-30 mínútur. Tæmið, látið gufa upp og þrýstið í gegnum kartöflupressu á meðan það er enn heitt. Látið blönduna kólna alveg.
2. Skolið sítrónuna með heitu vatni og afhýðið börkinn. Þvoið dillið, hristið það þurrt, fjarlægið nálarnar og saxið smátt. Blandið kældu kartöflublöndunni saman við egg, hveiti, maíssterkju og kryddið með salti, pipar og múskati.
3. Hitið olíuna með smjörinu á pönnu og bætið matskeið af kartöflublöndunni á hverja pönnu, fletjið hana aðeins út og steikið þar til þær eru gullinbrúnar á báðum hliðum. Takið tilbúnar kartöflukökurnar af pönnunni, látið renna af á eldhúspappír og raðið þeim á disk.
4. Berið fram með sýrðum rjóma og laxasneið og skreytið með sítrónuberki og söxuðu dilli. Berið fram malaðan með pipar.

50. Tapað egg og ristað brauð með reyktum laxi

hráefni

- 4 egg
- 3 msk hvítvínsedik • 2 sneiðar af ristuðu brauði
- 100 g þunnt sneiddur lax
- pipar úr myllunni **Undirbúningsskref**

1. Látið suðuna koma upp 1 lítra af vatni í potti (vatn á að vera ca. 8 cm á hæð). Látið suðuna koma upp. Bætið við vínediki og 1 tsk salti. Þeytið eggin eitt í einu og hellið þeim varlega í bolla. Renndu eggjunum einu í einu út í edikvatnið og steiktu í u.þ.b. 4 mínútur. Ekki láta vatnið sjóða, eggin eiga bara að blandast inn.
2. Skerið brauðsneiðarnar í strimla og ristið þar til þær eru gullinbrúnar undir heitu grillinu. Vefjið smá reyktum laxi utan um hvern.

3. Takið eggin upp úr vatninu með sleif, raðið á litla diska, kryddið með smá pipar og berið fram með ristuðu brauðstöngunum.

51. Salat með greipaldini og reyktum laxi

hráefni

- 4 hvít og rauð greipaldin
- 150 g af reyktum laxi
- 2 msk hunang
- 2 msk sesamolía
- kóríander í skreytið **Undirbúningsskref**

1. Afhýðið greipaldinið vandlega og skerið flökin út. Gríptu safann og kreistu út restina af kvoðu. Blandið safanum saman við hunang og olíu.
2. Skerið laxinn í strimla og raðið þeim saman við greipaldinsbátana í fjórar skálar. Skreytið með kóríander og berið fram sem sérstaka dressingu ef vill.

52. Spaghetti með reyktum laxi og blaðlauk

hráefni
- 2 ungir blaðlaukar
- 2 msk smjör
- 200 ml af fiskistofni
- 300 g tómatar
- 100 g þeyttur rjómi
- ½ tsk rifinn, ómeðhöndlaður sítrónubörkur
- 1 msk sítrónusafi
- salt
- pipar úr kvörninni
- 3 msk smátt skorin basilíka
- 150 g reyktar laxasneiðar
- 4 msk creme fraiche ostur

400 g af spaghetti

Undirbúningsskref

1. Hreinsið og þvoið blaðlaukinn, skerið hvítan og ljósgrænan í breiðan bita og steikið í heitu smjöri í um 5 mínútur. Hellið soðinu út í og minnkið fljótt niður um þriðjung án loksins. Skellið tómatana í nokkrar sekúndur, slökkið, afhýðið, kvartið, kjarnið og skerið í litla teninga. Bætið tómötunum út í blaðlaukinn og hrærið rjómanum með sítrónuberki og safa út í, látið malla varlega í 2-3 mínútur, kryddið með salti og pipar og hrærið 1 msk basilíku út í.

2. Eldið spagettíið í miklu sjóðandi söltu vatni þar til það er stíft, hellið af og látið renna af. Raðið spagettíinu saman við laxinn og sósuna skrautlega á diska, bætið creme fraiche við hverri og berið fram basilíku stráð yfir.

53. Reykt bleikja með agúrkamús

hráefni
- 250 g ostur (40%)
- 4 reykt bleikjuflök (eða silungsflök)
- 100 g jógúrt
- 1/2 agúrka (afhýdd, skorin og rifin)
- 1 sítróna (ómeðhöndluð)
- 1 eggjahvíta
- 250 ml þeyttur rjómi
- 2-3 blöð af gelatíni
- 1 hvítlauksgeiri
- 1/2 búnt af dilli
- salt
- pipar

undirbúningur
1. Fyrir ostamúsina, leggið matarlímið í bleyti í köldu vatni, þeytið rjóma og eggjahvítu sérstaklega þar til þær eru stífar. Rífið sítrónuna, kreistið síðan safann.
2. Hrærið síðan ostaostinum saman við jógúrt þar til það er slétt og hrærið gúrku, hvítlauk, sítrónubörk, salti og pipar saman við. Hitið sítrónusafann og leysið vel kreista gelatínið upp í honum. Hrærið öllu hratt út í ostablönduna og látið kólna.
3. Um leið og ostablandan byrjar að hlaupa er þeyttum rjómanum og eggjahvítunum blandað saman við, lokið

yfir skálina og látið standa í kæli yfir nótt. Skerið út form og berið fram gúrku- og ostamúsina með reyktri bleikju.

54. Rollini salat með tómötum og reyktu

silungur

hráefni
- 350 g Litrík Rollini
- 10 steinseljublöð
- 22 kirsuberjatómatar
- 3 vorlaukar
- 200 g silungsflök (reykt)
- 150 g jógúrt
- 5 msk eplaedik
- 5 msk sólblómaolía

- salt
- pipar

undirbúningur
1. Fyrir rollini salatið með tómötum og reyktum silungi, eldið núðlurnar í nægilegu saltvatni, sigtið og setjið til hliðar.
2. Steikið 12 kirsuberjatómata með smá ólífuolíu og salti í um 10 mínútur í ofni sem er hitinn í 160 gráður.
3. Í millitíðinni þvoið steinseljublöðin vel og hristið þurrt, skerið afganginn af tómötunum í tvennt, skerið vorlaukinn í þunna hringa, fjarlægið silunginn af hýðinu og tínið í stóra bita.
4. Blandið jógúrtinni saman við ediki og sólblómaolíu, blandið saman við afganginn af hráefninu og núðlunum og kryddið vel með salti og pipar.
5. Skreytið rollini salatið með tómötum og reyktum silungi með ferskri steinselju og berið fram strax.

55. Fitness brauð með reyktum silungi

hráefni

- 1 epli
- 2 stk. Avókadó
- 1 msk sítrónusafi
- 4 msk ferskur rjómi
- 2 TL Kren
- Salt pipar
- 4 heilkornabrauð (stórar sneiðar)
- 150 g silungsflök (reykt)
- 4 msk rauðrófuspíra **undirbúningur**

1. Fyrir líkamsræktarbrauðið með reyktum silungi, þvoðu eplið, fjórðunginn, kjarnann og skera í mjóa strimla.
2. Haldið avókadóið í helming, steinið, afhýðið og skerið í strimla.
3. Dreypið sítrónusafa yfir epla- og avókadóstrimlana.

4. Blandið crème fraîche saman við piparrótina, kryddið með salti og pipar.
5. Smyrjið 1 matskeið af piparrótarkremi á hverja brauðsneið.
6. Leggið avókadó og eplalengjur ofan á, kryddið með salti og pipar.
7. Plokkaðu silungsflökin í hæfilega stóra bita og dreifðu þeim á brauðið.
8. Skreytið með rauðrófuspírunum.

56. Kantarellukaka með reyktum laxi

hráefni

- 200 g smjördeig (keypt tilbúið)
- 300 g kantarellur
- 1 laukur
- 10 sneiðar af beikoni

- 250 g sýrður rjómi
- 1 búnt af vorlauk
- 50 g pecorino ostur (rifinn)
- 1/2 búnt af dilli
- 200 g lax (reyktur)
- 3 egg
- salt
- pipar
- múskat
- **Undirbúningur** paprikudufts

1. Fyrir kantarelltertu með reyktum laxi, smyrjið kringlótt springform (ca. 26 cm í þvermál), hveiti og klæðið með smjördeiginu.
2. Bakið blindt í ofni við 180°C í um 5 mínútur.
3. Fyrir fyllinguna skal afhýða laukinn, skera í litla teninga og einnig skera beikonið í fína strimla.
4. Hreinsaðu síðan kantarellurnar vel.
5. Steikið laukinn, beikonið og sveppina með smá ólífuolíu þar til vatnið hefur gufað upp.
6. Skerið vorlaukinn í fína hringa, saxið dillið og skerið laxinn í fína strimla. Blandið svo öllu út í sveppina, blandið kantarellu- og laxablöndunni saman við sýrða rjómann, eggið og ostinn og kryddið með salti, pipar, múskat og paprikudufti.
7. Smyrjið blöndunni á smjördeigsbotninn og bakið í forhituðum ofni við 170°C í um 30 til 40 mínútur. Látið

kantarelletertu með reyktum laxi kólna í um 10 mínútur áður en hún er borin fram.

57. Onigiri með rauðkáli og reyktu tofu

hráefni
- 50 g af reyktu tofu
- 50 g af Rotkraut
- salt
- 300g Sushi Journey
- 3 msk hrísgrjónaedik
- 1 msk sykur
- 8 blöð af nori (eða fleiri; skorin í 3 x 6 cm ferhyrninga)
- Sojasósa (til að bera fram)

undirbúningur

1. Fyrir onigiri með rauðkáli og reyktu tófú, saxið fyrst reykta tófúið og rauðkálið mjög smátt og blandið saman við smá salti í skál.
2. Skolið hrísgrjónin í sigti undir rennandi vatni þar til vatnið rennur greinilega af. Setjið 600 ml af vatni í pott, bætið við hrísgrjónum, látið suðuna koma upp. Slökktu á því og láttu hrísgrjónin standa, þakin, í um það bil 15 mínútur.
3. Bætið ediki með sykri, tófú og rauðkáli út í enn heit hrísgrjónin, blandið saman, dreifið út á bökunarplötu og látið kólna.
4. Fjarlægðu hrísgrjón í u.þ.b. 8 jafnstórir skammtar, mótið kúlur úr hverri og bestur með onigiri-formi.
5. Setjið nori ferhyrning utan um botn onigirissins, raðið á disk og berið fram onigiri með rauðkáli og reyktu tofu með sojasósu ef vill.

58. Rauðrófucarpaccio með reyktum silungi

flök

hráefni

- 2 rauðrófur (meðalstærðar)
- 4 stykki af fennel (lítil)
- 100 ml þeyttur rjómi
- 1-2 tsk piparrót (nýrifin)
- 2-3 dropar af sítrónusafa
- salt
- Pfeffer
- 4 fiskflök (reyktur silungur)
- ólífuolía
- sjó salt

undirbúningur

1. Fyrir carpaccio af rauðrófum með reyktum silungsflökum, eldið rauðrófuna á götóttu fati þar til þær eru mjúkar, leyfið að kólna og afhýddar, skerið síðan í þunnar sneiðar (grænmetisskurðarvél eða grænmetissneiðari) og setjið til dæmis á glerplötur.

2. Hreinsið fenneluna, skerið í fína strimla og dreifið á plöturnar. Þeytið rjómann þar til hann er stífur. Bætið við piparrót, sítrónusafa, salti og pipar, blandið saman og setjið 1 matskeið á hvern disk. Tíndu silungsflökin gróflega og dreifðu þeim á rófurnar. Blandið saman ólífuolíu og sjávarsalti og dreypið yfir rauðrófusneiðarnar

59. Villi hvítlauks tagliatelle með reyktum laxi

hráefni
- 100 g lax (reyktur)

- 3 knippi af villtum hvítlauk
- 1 sítrónu
- 1/2 vorlaukur
- 2 skalottlaukar
- ólífuolía
- 5 msk jógúrt (eða creme fraiche)
- 50 ml súpa
- salt
- Pipar (úr kvörninni)
- 450-500 g tagliatelle (eða annað pasta) **undirbúningur**

1. Fyrir villihvítlaukstagiatelle með reyktum laxi skaltu fyrst afhýða skalottlaukana og skera í fína teninga.
2. Skerið síðan laxinn og villihvítlaukinn í strimla og vorlaukinn í hringa.
3. Steikið allt hráefni nema villihvítlaukinn upp úr ólífuolíu og gljáið með súpunni, látið suðuna koma upp í stutta stund og bætið svo jógúrtinni út í.
4. Kryddið eftir smekk með salti, pipar úr kvörninni og sítrónusafa. Eldið tagiatelle samkvæmt leiðbeiningunum á pakkanum.
5. Bætið villihvítlauknum út í sósuna og hrærið tagliatelle í stutta stund. Villihvítlaukstagiatelle berið fram strax.

60. Vöfflur með reyktri bleikju og súru rjóma dill ídýfa

hráefni

- 400 g bleikja (reykt)   Fyrir vöfflurnar:
- 125 g rúgmjöl
- 125 g hveiti (slétt)
- 2 teskeiðar af matarsóda
- 1 1/2 tsk af matarsóda
- salt
- 2 teskeiðar af rörsykri
- 125 g smjör
- 2 egg
- 500 ml súrmjólk *Fyrir ídýfuna:*
- 250 ml sýrður rjómi

- 1 búnt af dilli (lítið, ferskt, smátt saxað)
- 1/2 sítrónu (safi og börkur) **undirbúningur**

1. Fyrir ídýfuna skaltu blanda sýrða rjómanum saman við afganginn af hráefninu og geyma í kæli.
2. Sigtið rúgmjöl, hveiti, lyftiduft og lyftiduft. Hrærið salti og sykri saman við. Bræðið smjörið og látið það kólna. Blandið saman við eggin og súrmjólkina og bætið út í hveitiblönduna.
3. Bakið vöfflurnar í vöfflujárninu eins stökkar og vill.
4. Plokkið reyktu bleikjuna í bita, raðið ofan á vöfflurnar og dreypið ídýfuna yfir.

61. Reykt húspylsa frá Kärnt

hráefni
- 750 g svínakjöt (legg eða öxl)
- 250 g bakbeikon (hvítt)
- 15 g af salti

- 10 g salt
- 3 hvítlauksrif
- 2 g hvítur pipar (mulinn)
- 2 g kóríander
- Pylsuhylki

undirbúningur

1. Hakkið svínakjötið í gegnum kjötkvörn (götskífa 6-8 mm í þvermál). Skerið bakbeikonið í litla teninga. Maukið hvítlaukinn, saxið hann aftur smátt og blandið saman við u.þ.b. 125 ml af vatni. Blandið öllu saman við saltið, salti, pipar og kóríander út í kjötblönduna. Hnoðið þetta í hálftíma og hellið því svo í pylsuhúðina. Snúðu pylsunum vel af. Stingið í pylsurnar með nál og látið þær rífa í einn dag á köldum stað. Reykið síðan létt í 2 daga, ekki yfir 22°C. Ef reykurinn er of heitur verða pylsurnar þurrar og fitan í pylsunni gulleit. Ef þú eldar pylsuna (10-12 mínútur) ætti hitastig vatnsins ekki að fara yfir 80 ° C. Sem þurr húspylsa eru pylsurnar hengdar upp á loftgóðum og þurrum stað í 3-6 vikur.

62. Svartar núðlur með reyktri laxarækjusósu

hráefni
- 400 g svartar borðanúðlur
- dill

Fyrir sósuna:
- 1/8 l hvítvín
- 50 g laukur
- 1 blað af lárviðarlaufi
- 1/8 l súpa (fisk- eða grænmetiskraftur)
- 1/8 l kaffirjómi (10% fita)
- 1/2 msk hveiti (slétt)
- 200 g af reyktum laxi
- 150 g rækjur
- 2 msk dill
- salt

pipar **undirbúningur**

1. Fyrir reykta laxinn og rækjusósuna skaltu minnka vínið með laukbitum og lárviðarlaufi í u.þ.b. 3 matskeiðar af vökva og sigtið.
2. Bætið soðinu út í afoxunina, blandið rjómanum saman við hveitið og notið til að þykkja sósuna. Látið malla í um það bil 10 mínútur.
3. Skerið reyktan laxinn í strimla og bætið út í sósuna ásamt rækjunni og kryddið.
4. Eldið svörtu núðlurnar í söltu vatni þar til þær eru orðnar stífar og sigtið.
5. Raðið svörtu núðlunum á disk, dreifið sósunni yfir og skreytið með dilli.

63. Pönnukökukaka með reyktum laxi

hráefni
- 12 pönnukökur (fer eftir stærð á lögun)
- 400 g af reyktum laxi

- 4 laukar (rauðir)
- 1 stykki af agúrku
- 750 g mascarpone (fer eftir kökuformi)
- 300 g af sýrðum rjóma
- 7 blöð af gelatíni
- Mjólk (til að leysa upp)
- 4 msk dill (hakkað)
- Chili duft
- Salt pipar
- 2 bitar af sítrónu
- Dill (til skrauts)
- Saxaður vorlaukur (til skrauts)

undirbúningur

1. Fyrir pönnukökuna með reyktum laxi, blandið mascarpone og sýrðum rjóma saman við.
2. Leggið matarlím í bleyti stutta stund í köldu vatni, leysið upp í mjög lítilli heitri mjólk og hrærið út í blönduna.
3. Kryddið vel með salti, pipar, chilli og söxuðu dilli.
4. Skerið laukinn í hringa, afhýðið gúrkuna, skerið í tvennt endilangt og skafið steinana úr.
5. Þeytið gúrkuna með pappírshandklæði og skerið í strimla.
6. Leggðu nú út hentugt springform eða eldfast mót (eða jafnvel betra 2 smærri form) með lag af pönnukökum.
7. Ef nauðsyn krefur, skerið pönnukökurnar í viðeigandi stærð.

8. Penslið með mascarpone kremi, setjið reyktan lax ofan á og hellið nokkrum laukhringjum og gúrkustrimlum ofan á.
9. Endurtakið þar til allt er uppurið og endið með pönnukökum.
10. Setjið smá mascarpone krem til hliðar fyrir skreytið.
11. Hyljið kökuna með álpappír og setjið í ísskáp í góðan klukkutíma (eða betra, lengur).
12. Geymið líka kremið á köldum stað.
13. Takið kökuna upp og smyrjið restinni af kreminu ofan á.
14. (Ef 2 smærri kökur eru tilbúnar, ekki smyrja eina með rjóma.)
    15. Skreytið að lokum pönnukökukökuna með reyktum laxi með sítrónubátum, dillgreinum og smá saxuðum vorlauk.

64. Þynnukartöflur með reyktum laxi

innihaldsefni
- 4 stórar kartöflur

- 200 g af reyktum laxi
- 100 g af reyktum kotasælu
- 200 g sýrður rjómi
- 2 grein(ar) steinselju
- 2 kvistir af dilli
- salt
- Pipar (nýmalaður)
- **Undirbúningur** úr álpappír

1. Fyrir álpappírskartöflurnar, pakkið kartöflunum inn í álpappír og steikið þær í heitri grillöskunni eða í forhituðum ofni við 220°C þar til þær eru mjúkar (u.þ.b. 35 mínútur).
2. Á meðan er ricottainu blandað saman við sýrða rjómann, kryddað með salti og pipar. Skerið reyktan laxinn í strimla. Takið steinselju og dillblöð af stilkunum og saxið smátt.
3. Vefjið kartöflunum úr álpappírnum og skerið þær langsum. Fella út. Fyllið súlurnar ríkulega af ricottablöndunni og stráið laxastrimlunum yfir. Setjið nú kryddjurtirnar ofan á og berið álpappírskartöflurnar fram heitar.

65. Fylltar kartöflur

hráefni

- 4 stórar kartöflur
- 80 g af mozzarella
- 80 g af reyktum kotasælu
- 4 msk þeyttur rjómi
- 20 g parmesanostur
- 3 greinar af steinselju
- Paprikuduft
- salt
- Pipar (nýmalaður)
- Álpappír
- hugsanlega grillbollar úr áli

undirbúningur

1. Fyrir fylltu kartöflurnar, pakkið kartöflunum inn í álpappír og steikið þær í heitri grillöskunni eða í

forhituðum ofni við 220°C þar til þær eru mjúkar. Takið álpappírinn upp og látið kólna aðeins.
2. Tæmið mozzarella og skerið í teninga. Takið steinseljublöðin af stilkunum og saxið smátt. Rífið parmesan fínt.
3. Haldið kartöflunum eftir endilöngu og fjarlægið innan úr - nema ca. ½ cm - með skeið. Stappaðu gróft með kartöflustöppu. Blandið mozzarella teningum, ricotta, rjóma, parmesan og saxaðri steinselju saman við kartöflublönduna, kryddið með salti og pipar. Hellið blöndunni í holu kartöfluhelmingana. Stráið smá paprikudufti yfir. Grillið kartöfluhelmingana á grillinu í um 15 mínútur (notið grillbakka ef þarf).

66. Rotisserie kjúklingur

Hráefni
- 1 kjúklingur

- kjúklingakrem, valfrjálst: steikt kjúklingakrydd (ankerjurt)
- **undirbúningur** ólífuolíu _
    1. Kjúklingurinn er fyrst skolaður undir köldu vatni og þurrkaður. Kjúklingurinn er kryddaður 1 klukkustund fyrir grillun. Til að gera þetta skaltu renna fingrunum varlega á milli holdsins og skinnsins og losa þá varlega. Svo má bera nuddið beint á kjötið. Húðin er einnig krydduð að utan. Til að gera þetta skaltu blanda marinade úr ólífuolíu og nudda og nudda

það ríkulega á kjúklinginn. Áminning um marineringuna er geymd til að moppa síðar. Svo dregur þú kjúklinginn á teini og festir hann með kjötklemmunum. Enn gæti þurft að festa stokkana með eldhúsþræði.

Grillað
    2. Grillið er stillt fyrir beina grillun með grillinu við 180 - 200°C og vélin og kjúklingurinn eru ræstir. Kjúklingurinn er grillaður þar til 75 - 80°C kjarnhiti er náð í bringuna. Rétt áður en þú nærð kjarnahitanum skaltu pensla það með restinni af marineringunni. Útkoman er safaríkur kjúklingur og stökkt, bragðmikið skinn. Kartöflubátar eru tilvalin sem meðlæti.

67. Helvítis vængir

Hráefni

- 1 kg kjúklingavængir
- Hellfire Rub
- 2 msk chili sósa (td Mexican Tears - Red Habanero)
- 1 msk hlynsíróp
- ólífuolía

Undirbúningur

1. Fyrst eru kjúklingavængirnir þvegnir og þurrkaðir. Vængirnir eru ríkulega kryddaðir með smá ólífuolíu og Hellfire Rub og síðan í kæli í að minnsta kosti 12 klukkustundir. Til að gljáa vængina skaltu blanda 1 matskeið af hlynsírópi og 2 matskeiðum af chilisósu.
Grillað
2. Grillið er stillt á ca. 180 - 200°C fyrir beina og óbeina grillun. Kjúklingavængirnir eru fyrst grillaðir á báðum hliðum í 3 mínútur við beinan hita svo þeir brúnist fallega. Síðan eru vængirnir settir á óbeina svæðið,

penslaðir með chilli- og hunangssósunni og lokinu lokað. Eftir 10 mínútur skaltu snúa vængjunum og pensla toppinn með chillihoney gljáanum . Þær eru grillaðar í 10 mínútur í viðbót. Og útbúið nú mjólk, brauð eða jógúrt - ekki þarf annað meðlæti!

68. Asíuvængir með lime- og chilisósu

Hráefni
- 10 kjúklingavængir
- kjúklinga nudda

Fyrir gljáann
- 50 ml sojasósa
- 1 tsk sesamolía
- 2 teskeiðar af hunangi
- ½ tsk 5-kryddduft
- ½ tsk pipar
- ¼ tsk chipotle
- 1 tsk sesam

Fyrir lime- chilli sósuna
- Safi úr 1 lime
- 1 rauður chili
- 2 hvítlauksgeirar
- 1 tsk engifer, saxað
- 1 msk reyrsykur
- 3 matskeiðar af ostrusósu

Undirbúningur
1. Kjúklingavængir eru fyrst þvegnir og þurrkaðir. Þau eru ríkulega krydduð með nuddinu og síðan geymt í kæli í að minnsta kosti 2 klukkustundir svo að nuddið geti tekið í sig. Í millitíðinni er hráefninu fyrir gljáann blandað saman. Fyrir lime- og chilisósuna er einstökum hráefnum blandað saman og blandað saman. *Grillað*
2. Grillið er undirbúið fyrir beinan og óbeinan hita við u.þ.b. 200 - 230 ° C. Fyrst eru kjúklingavængirnir grillaðir í 10 mínútur með lokinu lokað. Þú snýrð þeim tvisvar eða þrisvar sinnum þannig að þeir verða gullbrúnir allt í kring. Síðan eru vængirnir settir á óbeina svæðið, húðaðir með gljáa og grillaðir í 15-20 mínútur með loki lokað. Á þessum tíma snýrðu kjúklingavængjunum aftur einu sinni til tvisvar og klæddir þá með gljáa. Kjúklingavængirnir eru bornir fram með lime og chilisósu sem er dásamlegt að nota sem ídýfu.

69. Reyktur silungur með trönuberjafroðu

hráefni

Fyrir trönuberjafroðuna:
- 250 ml þeyttur rjómi
- 4 msk trönuberjasulta
- 2 msk piparrót (ný rifin)
- salt pipar **undirbúningur**

1. Fyrir trönuberjafroðan, þeytið þeytta rjómann þar til hann er stífur. Blandið krækiberjasultunni og nýsprunginni piparrótinni varlega saman við. Kryddið eftir smekk með salti og pipar.
2. Raðið silungaflakinu með trönuberjafroðu á disk.

70. Smurt með reyktri lækjarbleikju

hráefni

- 100 g kasjúhnetur (óristaðar, ósaltaðar)
- vatn
- 1 stk hvítlauksrif
- 1/2 lífræn sítróna (aðeins rifinn börkur)
- salt
- 1 lífrænt urriðaflök (reykt, ca. 130 g)
- 1/2 pipar (rauð)
- 1 tsk dill

undirbúningur

1. Til að smyrja með reyktum rjóma, setjið kasjúhnetur í blandara krukku og hyljið með vatni.
2. Bætið hvítlauksrifinu, salti og sítrónuberki út í og maukið með handþeytara þar til það er kremkennt.

Skerið urriðaflökið í litla bita, skerið paprikuna í teninga.

3. Blandið bleikjubitunum og söxinni papriku saman við cashew rjómann, kryddið með salti og berið fram dilli stráð yfir.

71. Heireyktur silungur úr reykjaranum

Hráefni

- 1 silungur (ca. 500 g)
- Einiberjasalt *fyrir saltvatnið:*
- 1 lítra af vatni
- 80 g af salti

Undirbúningur

1. Leggið slægðan silung í bleyti í pækil í að minnsta kosti 8 klukkustundir. Þurrkið með eldhúsrúllu og nuddið kviðarholið með einiberjasalti.

2. Reykið í 30 mínútur við 120°C og síðan í 90 mínútur við 90°C. Setjið silunginn á ristina með magaflipann opinn.
3. Berið fram með bökuðum kartöflum eða steinseljukartöflum og salati.

72. Kúrbítsnúðlur með reyktum rjúpu

Hráefni
- 1 kúrbít (miðlungs eða 2 litlir)
- 100 g lækjarbleikja (reykt)
- 1/2 laukur (lítill)
- 1 hvítlauksgeiri
- 100 ml þeyttur rjómi
- salt
- 1 tsk af hágæða piparrót
- ólífuolía
- pipar

Undirbúningur

1. Fyrir kúrbítsnúðlurnar með reyktum urriða, skolið kúrbítinn og sneið hann í fína strimla, skerið laukinn og hvítlaukinn smátt og steikið létt í ólífuolíu.
2. Skerið rjómann niður, bætið við og hellið þeyttum rjómanum út í. Látið suðuna koma upp stutta stund og kryddið með salti, pipar og piparrót. Bætið kúrbítsstrimlunum út í og blandið saman við sósuna. Kúrbítspasta með reyktum urriða borið fram.

73. Kúrbítsnúðlur með reyktum urriða

Hráefni
- 1 kúrbít (miðlungs eða 2 litlir)
- 100 g lækjarbleikja (reykt)
- 1/2 laukur (lítill)
- 1 hvítlauksgeiri

- 100 ml þeyttur rjómi
- salt
- 1 tsk hágæða piparrót
- ólífuolía
- pipar

Undirbúningur
1. Fyrir kúrbítsnúðlurnar með reyktum silungi, skolið kúrbítinn og skerið í fína strimla, saxið laukinn og hvítlaukinn smátt og steikið létt í ólífuolíu.
2. Skerið silunginn niður, bætið honum út í og hellið þeyttum rjómanum ofan á. Látið suðuna koma upp stutta stund og kryddið með salti, pipar og piparrót. Bætið kúrbítsstrimlunum út í og blandið saman við sósuna. Berið kúrbítsnúðlurnar fram með reyktum urriða.

74. Quiche með reyktum laxi

Innihaldsefni *fyrir smjördeig* :

- Fyrir bökunarform með þvermál um 28 cm):
- 200 g hveiti
- 100 g smjör (kalt)
- 75 ml af vatni
- salt

Álegg og sósur:

- 125 ml af mjólk
- 125 ml þeyttur rjómi
- 2 egg
- 1 eggjarauða
- 1 búnt af dilli
- pipar
- salt
- 150 g af mascarpone
- 2 teskeiðar af piparrót

- smjör
- 300 g mild reyktur lax **Undirbúningur**

1. Setjið hveiti, kalda smjörbita, vatn og smá salt í breitt brauðform og hnoðið allt vel saman með matvinnsluvélinni. Mótaðu deigið í kúlu, settu það inn í matarfilmu og láttu það kólna í að minnsta kosti 120 mínútur. Smyrjið húðað kökuform (eða hringlaga bökunarplötu) með smjöri. Fletjið deigið út og setjið í bökunarformið. Dreifið deiginu jafnt þannig að myndast tveggja til þriggja sentímetra hár brún.
2. Blandið álegginu og mascarpone sósunni saman við piparrótina og smyrjið á deigið.
3. Skerið reyktan laxinn í strimla og dreifið þeim lauslega jafnt á pönnuna. Hrærið egg, mjólk, þeyttan rjóma og eggjarauður saman við. Bætið við fínt söxuðu dilliinu og smá salti og pipar. Hellið blöndunni á laxabitana og quiche deigið. Hitið ofninn í 200°C. Bakið kökuna á neðstu stönginni í 30 til 35 mínútur. Látið kólna aðeins áður en það er skorið í sneiðar.

75. Reyktur karpi á eldavélinni í eldhúsinu

Hráefni

- 4 skammtar af karpi, helst aftan frá
- Salt, pipar, rifin piparrót
- 2 handfylli sag (beyki eða annað hart)
- tré)
- 3 einiber Undirbúningur

1. Þvoið karpbitana, saltið og kryddið með pipar. Útbúið síðan pott fyrir reykingar. Hár steypujárns pottur eða steikarpanna er best. Settu þetta á eldavélina / eldinn og dreifðu harðviðarsaginu jafnt á botn pottsins. Bætið við 3 einiberjum. Gufusigti fyrir dumplings er sett á botn pottsins sem karpinn er settur í.

2. Pottinum (eða steikarpönnunni er lokað með loki. Það á að sjálfsögðu að kveikja á eldavélinni í eldhúsinu (enda hefur eldavélin logað í nokkrar mínútur).

3. Svo er bara að bera fram með piparrót og fersku brauði. Ljúffengur
4. Ef þú vilt virkilega ekki gera það við sjálfan þig í íbúðinni þinni geturðu örugglega flutt herferðina í helgarhúsið þitt eða tjaldsvæðið.
5. Aðrir fisktegundir koma auðvitað líka til greina.

76. Reyktur lax með krísusósu

Hráefni

- 150 g lax (reyktur)
- 2 egg
- 100 ml sætur þeyttur rjómi
- 2 teskeiðar af majó
- 2 msk. sýrður rjómi
- 1 msk. sítrónusafi)
- 40 g vatnakarsi
- salt
- pipar

- Fullt af baguette **Undirbúningur**
1. Gerið eggin hörð og skerið í litlar sneiðar. Þeytið sæta þeytta rjómann þar til hann er stífur.
   Skolið karsinn, setjið þriðjung til hliðar, saxið afganginn smátt. Hrærið þeyttum rjóma, söxuðum karsa, majó, sýrðum rjóma, sítrónusafa saman við og kryddið.
2. Raðið karsa, laxi og eggjum á disk og hellið sósunni yfir. Berið fram með baguette.

77. Reyktur silungur með kartöflumús

Hráefni

- 200 g af reyktum silungi
- 500 g kartöflur (fyrir maukið)
- 1/2 búnt af steinselju
- 2 msk smjör
- 150 ml mjólk **Undirbúningur**

1. Fyrir reyktan silung með kartöflumús, sjóðið og flysjið kartöflurnar. Setjið í pott og bræðið smjörið í honum. Saxið steinseljuna smátt og bætið við.
2. Stappaðu kartöflurnar gróft með kartöflustöppu. Grófir kartöflubitar ættu enn að vera eftir í maukinu.
3. Hrærið að lokum mjólk út í og kryddið með salti, pipar og marjoram. Reyktur silungur með kartöflumús borinn fram.

78. Kartöflumús með reyktu kjöti

Hráefni

- 4 sneiðar af reyktu kjöti
- 1 kg kartöflur (hveiti)
- 70 g af smjöri
- salt
- mjólk
- múskat
- 2 laukar
- 2 msk olía

Undirbúningur

1. Afhýðið, þvoið og fjórið kartöflurnar. Sjóðið í smá söltu vatni. Hlý mjólk.
2. Sigtið kartöflurnar strax og þeytið þær með mjólk og smjörflögum þar til þær eru froðukenndar. Kryddið með salti og múskati.

3. Afhýðið laukinn, skerið í tvennt, sneiðið í sneiðar og steikið í olíu.
4. Raðið kartöflumúsinni með reykta kjötinu á diska og dreifið lauknum yfir kartöflumúsina.

79. Reykt silungsmús

Hráefni

- 125 g reykt silungsflök (roð- og beinlaust)
- 125 ml þeyttur rjómi 2 blöð af gelatíni
- 1/2 sítróna (safi af henni)
- 1 msk. piparrót (rifin)
- 125 g sýrður rjómi
- Salt
- Pipar

Undirbúningur

1. Fyrir reykta silungsmúsina maukið reyktu flökin saman við sýrða rjómann.
   Kreistið gelatínið út í bleyti í vatni og leysið upp í heitum sítrónusafa.
2. Blandið varlega saman við reykta silungsmúsina. Þeytið toppinn þar til hann er stífur og hrærið í moussen.

Hrærið piparrótinni saman við og kryddið með salti og pipar.

3. Hellið blöndunni í form sem er klætt með filmu og geymið í kæli í nokkrar klukkustundir eða yfir nótt.
4. Skreytið reykta silungsmúsina með dilli og berið fram.

80. Heitt wok grænmeti með reyktu tofu

Hráefni

- 1 pakk. Reykt (200 g)
- 1 spergilkál (aðeins blómstrandi)
- 4 gulrætur (litlar)
- 1 stk. Paprika (rauð)
- smá sítrónubörkur (hakkað)
- smá engifer (ferskt, hakkað)
- 4 tær hvítlaukur (hakkað)
- 1 handfylli af mung baunaspírum (eða baunaspírum)
- 1 glas af basmati hrísgrjónum (200 ml, eða jasmín hrísgrjón)
- 2 glös af vatni (400 ml)
- 4 msk jurtaolía
- Chili (ferskt eða þurrkað, eftir smekk)
- Tamari sojasósa (eftir smekk)

Undirbúningur
1. Fyrir kryddað wok grænmetið með reyktu tofu, eldaðu fyrst hrísgrjónin. Ef þú vilt geturðu foreldað spergilkálið í gufu.
2. Hreinsið og saxið paprikuna smátt, afhýðið gulræturnar með skrælnaranum og skerið þunnar, langar ræmur af gulrótum með skrælnaranum.
3. Steikið hvítlauk, engifer, sítrónuberki og reykt tófú skorið í teninga í jurtaolíu.
4. Bætið grænmetinu út í og blandið í wok þar til allt er orðið stökkt. Kryddið eftir smekk með tamari sojasósu og smátt söxuðum chilli .
5. Blandið að lokum saman við hrísgrjón og berið fram wok grænmetið með reyktu tofu.

81. Pasta sósa með reyktum laxi

Hráefni

- 1 laukur (um 100 g)
- Ólífuolía (til að steikja)
- 100 ml sojasósa
- 100 ml af kókosmjólk
- 50 g af reyktum laxi
- 1-2 msk. dill (hakkað)
- Salt (hugsanlega) **Undirbúningur**

1. Fyrir pastasósuna með reyktum laxi, saxið laukinn smátt og steikið í ólífuolíu þar til hann verður gegnsær.
2. Hellið sojamatargerð og kókosmjólk út í og látið malla í 10 mínútur. Í millitíðinni er laxinn skorinn í litla teninga. Eftir þessar 10 mínútur, takið þið sósuna af hellunni og hrærið laxabitunum og dilliinu saman við. Látið malla í stutta stund, kryddið til með salti ef þarf.
3. Pastasósan með reyktum laxi borin fram á hvaða pasta sem er.

82. Reyktur lax á dillagúrku

Hráefni

- 200 g af lífrænum reyktum laxi
- 2 stykki af agúrku
- 1 bolli af lífrænum sýrðum rjóma
- 1 búnt af dilli
- 1 msk estragon sinnep (hrúguð msk)
- 1/2 laukur(r) af hvítlauk
- Repjuolía (til steikingar)
- salt
- pipar
- eldpipar

Undirbúningur

1. Fyrir reyktan lax á dill agúrku, þvoðu og rífðu gúrkurnar gróft. Blandið saman sýrðum rjóma, sinnepi, pressuðum

hvítlauk, salti og pipar og blandið saman við rifna gúrkuna fyrir dressinguna .
2. Skerið reyktan lax í þunnar sneiðar og steikið í olíunni við háan hita. Raðið dilli og gúrkusalati á disk og dreifið steiktum laxi yfir salatið.
3. Kryddið með salti, pipar og chilli og berið fram!

83. Guacamole með reyktum laxi

Hráefni

- 2 avókadó
- 100 g af reyktum laxi
- 1 msk jógúrt
- 1 msk sinnep
- 6 kirsuberjatómatar
- salt
- pipar
- 1/2 laukur (rauður)
- 1/2 sítróna (safi)

Undirbúningur

1. Fyrir guacamole með reyktum laxi skaltu fyrst afhýða og kjarnhreinsa avókadóið og mauka það í skál með gaffli. Skerið laukinn í litla teninga og bætið við. Skerið laxinn og tómatana í teninga og bætið í skálina.
2. Bætið jógúrt, sinnepi og sítrónusafa út í og kryddið guacamole með reyktum laxi með salti og pipar

84. Steikt egg með reyktum laxi

Hráefni

- 4 stk egg
- 50 g af reyktum laxi
- olía
- salt
- pipar

Undirbúningur

1. Fyrir steikta eggið með reyktum laxi, steikið eggin í tvennu lagi á pönnu í heitri olíu, rétt áður en eggjahvítan stífnar á yfirborðinu, skerið reyktan lax niður og setjið ofan á eggjahvítuna ef hægt er.
2. Ljúktu við að elda og kryddaðu með salti og pipar ef vill.

85. Reyktur kúrbít

Hráefni

- 2 msk ólífuolía
- 4 sneiðar af kúrbít
- 1 hvítlauksgeiri(r).
- 1 tsk karrýduft
- Smá kardimommur

Undirbúningur

1. Gerðu fyrst marineringuna úr ólífuolíu, söxuðum hvítlauksgeirum, karrídufti og kardimommum.
2. Skerið kúrbítinn í sneiðar (á lengdina fyrir litla). Setjið í marineringuna og setjið í ísskáp í að minnsta kosti 2 klst.
3. Hitið reykjarann í 180°C og reykið súrsuðu kúrbítsneiðarnar í skál í um 1/2 klst.

86. Pasta sósa með reyktri lækjarbleikju

Hráefni

- 1 stk skalottlaukur
- 1-2 stykki af hvítlauksgeirum
- Ólífuolía (til að steikja)
- 1 paprika (rauð, gul eða appelsínugul)
- 250 ml soja matargerð
- 1 lífræn sítróna (börkur og safi)
- 1 pakki af urriðaflökum (reykt, ca. 130 g)
- salt

Fyrir pastasósuna, hreinsið paprikuna og skerið í litla teninga. Þvoið sítrónuna, nuddið berkina og kreistið safann úr.
2. Rífið bleikjuflökin upp og blandið saman við sítrónusafann og börkinn. Saxið skalottlaukur og hvítlauk og steikið í ólífuolíu.
3. Steikið paprikubitana í stutta stund, bætið sojasósu út í og látið malla í um 10 mínútur. Taka af hitanum? blandið rjúpnaflökum saman við marineringuna og kryddið með salti.

87. Reyktur fiskur á káli

Undirbúningur

1.

Hráefni

- Ísjakasal
- 2 radísur
- ediki
- olía
- 1 bolli af crème fraîche
- 1 tsk piparrót (rifin)
- 1 pakki af reyktum silungi (eða öðrum reyktum fiski)
- salt
- pipar

Þvoið, hreinsið og saxið radísurnar. Marinerið salatið með marinering af ediki, olíu, salti og pipar. Blandið saman við radísurnar

2. Blandið crème fraîche saman við rifna piparrótina, bætið við smá salti og pipar.
3. Raðið reyktum silungsflökum saman við salatið og ídýfuna, berið fram með ristuðu brauði.

88. Spergilkál nigratín

Hráefni

- 500 g af brokkolí
- salt
- 2 stk. Laukur
- 1 stk hvítlauksrif (lítil)
- 1 msk ólífuolía
- 50 g skinka (reykt, í teningum)
- pipar
- 200 g crème fraîche
- 2 egg
- 100 g Emmentaler   **Undirbúningur**

1.

- 50 g tómatar (þurrkaðir, í olíu, tæmdir) Fyrir spergilkálsósuna, eldið spergilkálsrósirnar í söltu vatni í 5 mínútur.
2. Tæmið á sigti og setjið í stærri eða minni ofnfasta skömmtum.
3. Skerið laukinn og hvítlaukinn í teninga. Hitið olíuna, steikið laukinn og hvítlaukinn þar til hann verður gegnsær. Dreifið skinkubitunum, lauknum og hvítlauknum yfir spergilkálið.
4. Kryddið með salti og pipar. Blandið saman crème fraîche , eggjum og rifnum osti og mótið yfir grænmetið.
5. Bakið í 200 gráðu heitum ofni í um 1520 mínútur þar til þær eru gullinbrúnar.

89. Reyktur túnfiskcarpaccio

hráefni

- 350 g túnfiskur (reyktur)
- 2 perur
- 2 msk möndluflögur
- 100 ml balsamik edik (dökkt)
- 1 msk reyrsykur
- 1 tsk **smjörundirbúningur**

1. Fyrir carpaccio af reyktum túnfiski með perum, möndlum og balsamik gljáa, skera reyktur túnfiskur í oblátunnar sneiðar. Setjið á diska.
2. Afhýðið og kjarnhreinsið perurnar og skerið í þunnar sneiðar. Bræðið smjörið á pönnu og bræðið sykurinn í, karamelliserið perusneiðarnar og setjið á fisksneiðarnar.
3. Hellið sósunni með balsamik ediki og minnkað um helming. Dreypið gljáanum yfir perurnar og túnfiskinn.
4. Ristið möndluflögurnar á pönnu þar til þær eru gullinbrúnar og stráið carpaccio af reyktum túnfiski yfir.

90. Taílenskt salat úr reyktum steinbít

Hráefni

- 4 skalottlaukar
- 4 hvítlauksrif
- 2 taílensk eggaldin (miðlungs)
- 4 sneiðar af galangal
- 1 steinbítur (að öðrum kosti silungi eða karfa; reyktur)
- 1 teskeið af salti
- 1 svínaplóma (eða lítið grænt mangó; smátt saxað)
- 2 msk kaffir lime safi (eða lime safi)
- 2 msk fiskisósa (gerjað; tók pla raa)
- 1 msk langkorna hrísgrjón (mulin og ristuð)
- 2 chili (langir, rauðir; grillaðir, skrældir, grófir og gróft rifnir)
- 1 búnt af taílenskri basilíku (rauð)
- 1 búnt af myntu

Undirbúningur

1. Fyrir tælenskt salat af reyktum steinbít, grillið hvítlauk, skalottlauka, tælenska eggaldin og galangal þar til þeir eru dökkir og mjúkir.
2. Látið skalottlaukana kólna, afhýðið hvítlauk og eggaldin og saxið gróft. Saxið galangalinn.
3. Annað hvort reyktur fiskur, gufusoðaður mjúkur eða grillaður á viðarkolum. Áður en grillað er skal vefja fiskinn inn í bananablöð eða mögulega olíupappír svo að hýðið festist ekki við grillpönnuna og rífi kjötið.
4. Flekið steinbítinn og skerið í stóra bita. Blandið öllu hráefninu saman við salti og svínaplómu eða mögulega grænt mangó.
5. Kryddið með limesafa og fiskisósu. Tælenska reykta steinbítssalatið ætti að smakka súrt og salt. Stráið ristinni basilíku, chilli , langkorna hrísgrjónum og myntu yfir og berið á borðið.

91. Ferskjur með reyktum silungi

Hráefni

- 1 ferskja (stór)
- 2 salatblöð 1 silungsflök (reykt) 2 El majónes.
- 20 ml af sherry. 2 verndaregg.
- 2 trufflur

Undirbúningur

1. Dýfið ferskjunni í stutta stund í sjóðandi vatni, fjarlægið hýðið, skerið ferskjuna í tvennt, takið steininn úr, skerið ferskjuhelmingana aðeins á hliðarnar til að haldast vel.
2. Raða salatblöðum.
3. Skerið silungaflakið í litlar sneiðar og dreifið jafnt á helmingana. Blandið majónesi saman við sherry og hjúpið silungsflökin.
4. Halfskornu quail eggin og trufflusteinarnir sem skraut.

92. Vogerlsalat með reyktum laxi

Hráefni

- 250 g lítið salat (ef hægt er með runnablöðum), hreinsað, þvegið, þurrkað

- 150 g sveppir eða sveppir, skornir í þunnar strimla
- 2 skalottlaukar (fínt saxaðir)
- 200 g reyktur lax, skorinn í fingrabreidd

Sósa:

- 1 msk sítróna (safi)
- 1 tsk sinnep (heitt)
- 5 msk ólífuolía
- sykur
- salt
- Pipar (nýmalaður)

Undirbúningur

1. Skemmtu þér við að útbúa þennan svepparétt!
2. Skerið rótarendana á lambskálinu þannig að plantan haldist enn saman. Aðeins mjög stórt blaða salat er aðskilið.
3. Blandið tilbúnu sveppunum saman við skalottlauk og helminginn af laxastrimlunum vel.
4. Hrærið safa úr einni sítrónu með salti, pipar og sykri í lítilli bökunarskál þar til saltið er uppleyst.
5. Hrærið fyrst sinnepið með þeytaranum og hrærið síðan smám saman í olíuna með safa úr sítrónu þannig að slétt sósa verði til.

6. Hellið sósunni yfir salatið og blandið því vel saman við salatsósuna. Setjið afganginn af laxastrimlunum ofan á sem skraut.
7. Drykkur: bjór eða hvítvín frá Baden
8. Ábending: Í stað reyktans lax passar reyktur styrja alveg eins vel? Í staðinn fyrir fuglasalat má líka nota önnur salöt.

93. Brenndur aspas með reyktum laxi

Hráefni

- Reyktur lax (sneiðar)
- 12 aspasspjót, hrá/afhýdd
- 1 klípa af sykri
- 40 g af smjöri

- salt
- 2 msk graskersfræolía
- 2 msk balsamikedik (gamalt)
- Graskerfræ (ristuð)

Undirbúningur

1. Notaðu beittan eldhúshníf til að skera aspasinn í 2 mm þykkar sneiðar á ská. Skerið líka reyktan lax mjög þunnt. Freyðu smjörið á húðuðu pönnu og bætið aspasnum út í ásamt sykrinum. Ristið aspasinn þar til hann er gullinn og al dente. Kryddið með salti og smá sykri.
2. Hyljið enn heitan aspasinn með laxinum og dreypið olíunni og ediki yfir. Dreifið graskersfræjum ofan á og berið á borðið á staðnum.

94. Heireyktur lax

Hráefni

- Lax
- Sítrónubörkur
- Paprika
- Pipar (gróft)
- Rautt salt
- Baguette brauð og smjör

Undirbúningur

1. Stráið reykta laxinum þykkt yfir þurrkuðum sítrónuberki, þurrkaðri papriku, grófum pipar og rauðu salti. Vefjið inn í álpappír og bakið í heitum ofni í hálftíma við 180 gráður. Berið fram með fersku baguette brauði og smjöri.

95. Kálsúpa með reyktu kjöti

Hráefni

- 1 laukur (fínt saxaður) 30 g af fitu.
- 1500 ml af vatni
- 500 g af reyktu kjöti
- 1 negull
- 1 cooper hvítur vír (lítill) • 1 sellerí (hnullur, lítill) 1 rófa

- 1 Verð engiferduft.
- 1 Verð Nýtt Krydd
- salt

Undirbúningur

2. Steikið fínt saxaða laukinn í heitri fitu, örlítið gulri, fyllið með vatni, bætið reykta kjötinu út í til að bæta við reykta kjötinu og mýkið það með negulunum við

meðalhita í 1 klukkustund. Í millitíðinni skaltu hreinsa grænmetið og skera það niður í pasta.
3. Takið mjúklega soðið kjöt úr súpunni, bætið grænmetinu út í og blandið því líka saman. Skerið líka kælda kjötið af og bætið því aftur út í súpuna. Bætið engiferinu og nýju kryddunum út í og kryddið með salti eins og þið viljið.

96. Reyktur silungur með appelsínufroðu

Hráefni

- 0,5 salat
- 4 sneiðar af grófu brauði
- 100 g af smjöri
- 1 reyktur silungur; A 300g.
- 6 El appelsínur (safi)

- 0,5 appelsína (ómeðhöndluð, fjarlægð)
- salt
- Pipar (ferskur malaður)
- 1 El sítróna (safi)
- 1 sykur
- 3 eggjarauður
- 1 búnt af dilli

Undirbúningur

1. Hreinsið, skolið og þurrkið salatið þurrt. Penslið brauðsneiðar með 10 g af smjöri og setjið salatblöðin yfir. Afhýðið silunginn, takið flökin af miðbeini, setjið 1/2 flak á brauðstykki.
2. Blandið appelsínusafanum saman við pipar, appelsínuberki, salti, safa úr sítrónu og eggjarauðu og þeytið við lágan hita á þykkum rjóma.
3. Skerið afganginn af smjörinu í bita og hrærið rjómanum út í smám saman. Prentaðu dillið af grófu stilkunum og saxaðu (geymið nokkrar greinar til skrauts). Hrærið dilliinu út í sósuna. Kryddið sósuna aftur. Um urriðaflakaformið. Skreytið með restinni af dilliinu.

97. Reykt fiskisúpa

Hráefni

- 100 g blaðlaukur
- 50 g laukur (saxaður)
- Piparkorn (mulið)
- 2 reyktir silungar eða mögulega hvítfiskflök
- 1 tsk risotto hrísgrjón
- 2 msk þeyttur rjómi
- 100 ml af hvítvíni
- 1000 ml grænmetiskraftur
- 0,5 klípa af saffran **undirbúningi**

1. Steikið risotto hrísgrjónin, blaðlaukinn, laukinn, piparkornin og fiskflökin í smá ólífuolíu. Slökkvið með hvítvíni og fyllið upp með grænmetiskrafti. Flettu varlega í um klukkustund.

2. Farið í gegnum sigtið og kryddið. Hreinsaðu með þeyttum rjóma áður en það er borið fram.
3. Ábending um framreiðslu: litlir, hráir fiskibitar í bolla og hellið heitri súpunni yfir. Skreytið með dilli eða fennel, komið með hvítlauksbrauð á borðið.

98. Reyktur silungur með appelsínufroðu

Hráefni

- 0,5 salat
- 4 sneiðar af grófu brauði
- 100 g af smjöri
- 1 reyktur silungur; a 300 g.
- 6 El appelsínur (safi)
- 0,5 appelsína (ómeðhöndluð, fjarlægð)
- salt
- Pipar (nýmalaður)
- 1 El sítróna (safi)
- 1 sykur
- 3 eggjarauður
- 1 búnt af dilli

Undirbúningur

1. Hreinsið, skolið og þurrkið salatið þurrt. Penslið brauðsneiðar með 10 g af smjöri og setjið salatblöðin yfir. Afhýðið silunginn, takið flökin af miðbeini, setjið 1/2 flak á brauðstykki.
2. Blandið appelsínusafanum saman við pipar, appelsínuberki, salti, safa úr sítrónu og eggjarauðu og þeytið við lágan hita á þykkum rjóma.
3. Skerið afganginn af smjörinu í bita og hrærið rjómanum út í smám saman. Prentaðu dillið af grófu stilkunum og saxaðu (geymið nokkrar greinar til skrauts). Hrærið dilliinu út í sósuna. Kryddið sósuna aftur. Um silungsflakaformið. Skreytið með restinni af dilliinu.

99. Reyktur lax og agúrka- tramezzini

Hráefni

- 1 El sítróna (safi)
- ½ El ólífuolía
- 1 klípa af salti
- Pipar? Nýmalaður   8 sneiðar af ítölsku brauði? grannur Skurður (svona.
- amerískt
- samloku brauð)
- 180 g af reyktum laxi; grannur
- Skera
- 0,5 agúrka; Skrœldar og þunnar
- Skera
- 1 bolli af kersi; eða
- Basil lauf

Undirbúningur

1. Þurrkaðu saman með safa úr sítrónu, ólífuolíu, salti og smá pipar saman við.
2. Penslið fjórar brauðsneiðar með litlu sárabindi. Hyljið þetta með reyktum laxi, gúrkum og kryddjurtum. Notaðu síðan afganginn af sárabindinu og hyldu með sneiðunum sem eftir eru. Skerið svo hálf krossinn og eyddu matarlystinni.

    Ábending: Þú getur notað túpujurtir sem valkost við ferskar kryddjurtir - ritgerð líka ferskur hnúður!

100. Reykt lúða með basilíkukremi

Hráefni

- 3 knippi af basil
- 2 msk sítrónur (safi)
- 1 klípa af sykri 1 msk sinnep
- salt
- pipar
- 200 g crème fraîche
- 500 g lúða (reykt)

Undirbúningur

1. Skolið basilið, þurrkið vel á pappírshandklæði. Notaðu hnífstöngina til að mala sykur , basil, sítrónusafa, sinnep, salt og pipar. Seinna brjóta saman Crème Fraiche. Setjið þetta basilíkukrem á framreiðsludisk,

setjið Lúðuna skorna í stærri bita ofan á og skreytið með basilíkulaufum.

NIÐURSTAÐA

Að reykja kjöt, fisk og alifugla er ein leið til að auka bragðið , en það hefur mjög lítil áhrif á varðveislu matvæla. Eldið reykt kjöt, alifugla og fisk við ráðlagðan lokahita til að drepa sýkla sem valda matarsjúkdómum.

www.ingramcontent.com/pod-product-compliance
Lightning Source LLC
Chambersburg PA
CBHW050417120526
44590CB00015B/1997